அன்புள்ள மாணவிக்கு

தா. கமலா

BOOKS
FOR
CHILDREN

ANBULLA MANAVIKKU (in Tamil)

T. Kamala

First Published: April, 2019 | Second Print: September, 2021

Published by

BHARATHI PUTHAKALAYAM

7, Elango Salai, Teynampet, Chennai - 600 018
Email: thamizhbooks@gmail.com / www.thamizhbooks.com

அன்புள்ள மாணவிக்கு

தா. கமலா

முதல் பதிப்பு: ஏப்ரல், 2019 | இரண்டாம் அச்சு: செப்டம்பர், 2021

வெளியீடு:

BOOKS FOR CHILDREN

7, இளங்கோ சாலை, தேனாம்பேட்டை, சென்னை - 600 018
தொலைபேசி : 044-24332424, 24332924, 24356935

விற்பனை நிலையங்கள்

பாரதி புத்தகாலயம்

7, இளங்கோ சாலை, தேனாம்பேட்டை, சென்னை - 600 018
தொலைபேசி : 044-24332424, 24332924, 24356935

மதுரை: 37A, பெரியார் பேருந்து நிலையம் 045 22324674
ஈரோடு: 39: 39 ஸ்டேட் பாங்க் சாலை 9245448353
திண்டுக்கல்: பேருந்து நிலையம் 9942331105, 9976053719
பழனி: பேருந்து நிலையம் அருகில் 9442883696
திருப்பூர்: 447, அவினாசி சாலை 9486105018
சேலம்: பாலம் 35, அத்வைத ஆஸ்ரமம் சாலை 0427 2335952
திருவல்லிக்கேணி: 48, தேரடி தெரு 9444428358
வடபழனி: பேருந்து நிலையம் எதிரில் அடையார் ஆனந்தபவன் மாடியில் 9444476967
பெரம்பூர்: 52, சுக்ஸ் ரோடு 9444373716
திருவாரூர்: 35, நேதாஜி சாலை 9442540543
சேலம்: 15, வித்யாலயா சாலை சாலை
திருநெல்வேலி: 25A, ராஜேந்திரநகர் 9442149981
அருப்புக்கோட்டை: 49A/4 மெயின் ரோடு, தெற்கு தெரு 9994173551
மதுரை: சர்வோதயா மெயின்ரோடு
குன்னூர்: N.K.N வணிக வளாகம் பெட்போர்ட்
செங்கல்பட்டு: 1 D ஜி.எஸ்.டி சாலை 044 27426964
விருதுநகர்: 131, கச்சேரி சாலை 0456 2245300
கும்பகோணம்: 352, ரயில் நிலையம் எதிரில் 9443995061
வேலூர்: பேஸ் III, சத்துவாச்சாரி 9442553893
நெய்வேலி: பேருந்து நிலையம் அருகில், 9443659147
தஞ்சாவூர்: காந்திஜி வணிக வளாகம் காந்திஜி சாலை 9655542400
கோவை: 77, மசக்காளிபாளையம் ரோடு, பீளமேடு 8903707294
திருச்சி: வெண்மணி இல்லம், கரூர் புறவழிச்சாலை 9994289492
திருவண்ணாமலை: முத்தம்மாள் நகர்
நாகர்கோவில்: 699 கே.பி.ரோடு R.V. புரம் 9443450111
சிதம்பரம்: 22A / 18B தேரடி கடைத் தெரு,
கீழவீதி அருகில் 9994399347
கரூர்: நாரத கானசபா அருகில் (TNGEA OFFICE) 9442706676

நினைத்த நூல்கள்... நினைத்த நேரத்தில்...

thamizhbooks.com 8778073949

அகரம் தொடங்கி ...
சிகரம் வரை என் சிறகுயர்த்திய
கடலூர், புனித அன்னாள் பள்ளிக்கும் ...
என்னிடம் பயின்ற
9577 மாணவ மணிகளுக்கும் ...

இதயாவின் இதயத்திலிருந்து...

கடலூர் புனித அன்னாள் பள்ளியின் முன்னாள் மாணவியும், ஆசிரியையுமாகிய கமலாவிற்கு வாழ்த்துக்கள் !

அடுப்பூதும் பெண்களுக்கு படிப்பெதற்கு
என்ற அறியாமை இருளில் தள்ளப்பட்ட நிலையில்

18ஆம் நூற்றாண்டில் அறியாமை இருளில் ஆழ்ந்து புதைந்து போன பெண்ணினத்தை மீட்டு, விடுதலை வாழ்வுக்கு கொண்டுவர அண்ணல் துப்புயி பிரான்ஸ் நாட்டிலிருந்து இந்தியா வந்து துணிவுடன் நின்று இந்திய பெண்கள் கல்வி கற்பதற்காக முதன்முதலாக தொடங்கியதுதான், புதுவை தூய இதய சபை, இதனுடைய கிளையாக கடலூரில் 1882ல் நற்பணி செய்து, பெண் நலம் காக்க தொடங்கியதுதான். கடலூர் புனித அன்னாள் பள்ளி.

இந்த அழகிய கல்வி நிறுவனம் கடலூரின் வரப்பிரசாதமாய் பாய்ந்தோடி இலட்சக் கணக்கான பெண்களை உருவாக்கிய பேறுபெற்றது. இப்பள்ளியில் ஒரு சிறிய விதையாக பாங்கான முறையில் எளிய விதத்தில் அன்புமகளாய் அடித்தளமிட்டு விதைக்கப்பட்டவர்தான் இந்நூல் ஆசிரியர். பிற்காலத்தில் இவர் படித்த பள்ளியிலேயே ஆசிரியராகி 9577 மாணவிகளுக்கு நல்வழிகாட்டியவர்.

இப்பள்ளியின் நோக்கத்தை தானும் வாழ்ந்து பிறரும் வாழ வைப்பவர். வாழ்ந்து கொண்டிருப்பவர் இவர் பெண்கல்வி மட்டுமல்ல. நல்ல குடும்ப பெண்களை, வீரப் பெண்களை உருவாக்கியவர், கல்வித் தேர்ச்சி மட்டுமல்ல மனிதத்தை ஒவ்வொரு மாணவியிலும் உருவாக்கியவர்.

கல்லாத பெண்களெல்லாம் கற்று தேர்ந்து
காவியம் படைக்க வேண்டும்

என்ற புதுவை, தூய இதய சபையின் கனவை நனவாக்கியவர்.

ஆசிரியர் நடத்தும் பாடம் அச்சடித்தவை. ஆனால்
இயற்கை நடத்தும் பாடமோ வாழ்வியல் பாடம்
உனக்கும் கழுகு பார்வை வேண்டும்.
உன் கவனம் உனது வாழ்வில், படிப்பில் ஒழுக்கத்தில்,
செயல்பாடுகளில் இருக்க வேண்டும்.
சாதிக்கும் கனவை வளர்த்து கொள்ள வேண்டும்.

என்று உள்ளுணர்வை தூண்டி நல்லொழுக்கத்தில் வாழ அறிவுறுத்துகின்றார்.

மாணவிகளுக்கு போதிக்கும் நாட்களில் சிறந்த படைப்பாற்றலுடன், எளிதில் புரியும் வழியிலும், எடுப்பான மொழியிலும் பாடங்களை புகட்டி, விடுக்கும் வினாக்களுக்கு விடையளித்து, அறிவு தேடலை அதிகமாக்கி, ஆழப்படுத்தி மாணவிகளை வளர்த்தவர். இணையில்லாத அர்ப்பணிப்பால் பல ஆண்டுகள் உழைத்து பெண்ணினம் கல்வியில் உயர சிற்பியாக திகழ்ந்தவர் என்பதற்கு இந்நூலே சான்று.

அன்பு கமலா, நீ எடுத்து வைத்த முதல்படியே மிக வெற்றி தரக்கூடியதாக உள்ளது. உன்னில் புதைந்து கிடக்கின்ற அனைத்தையும் வெளிக் கொணர்ந்து உனது பல படைப்புகளால் எதிர்கால பெண் பிள்ளைகளின் வாழ்வு வளம் பெற உதவ வேண்டுமென உளமாற வாழ்த்துகின்றேன்.

அன்புடன்
Sr. Devaseer Mary, FIHM
Provincial,
Immaculate Heart of Mary Provincialate,
Srinivasa pillai Street,Thiruppapuliyur, Cuddalore - 607 002.

உள்ளே ...

ஒரு அர்ப்பணிப்பு ஆசிரியையின் அனுபவக் குறிப்புகள்

'அன்புள்ள மாணவிக்கு' நூல் வெளிவரும் இந்தத் தருணத்தில் நான் ஆசிரியை தா. கமலா அவர்களுக்கு என் நெஞ்சம் நிறைந்த வாழ்த்துக்களை தெரிவித்துக் கொள்கிறேன்.

இன்று கல்வி குறித்து தமிழ்ச் சூழலில் நிறைய நூல்கள் அடுத்தடுத்து வெளிவருவது மிகுந்த மகிழ்ச்சியும் உற்சாகமும் தருகிறது. நம் கல்வி சந்திக்கும் பிரச்சனைகள் பல அடுக்குச் சிக்கல் கொண்டவை. அவற்றில் தங்களது வீட்டின் கெடுபிடிகள், மூட நம்பிக்கை சார்ந்த பாகுபாடுகள் கடந்து படிக்க வரும் மாணவிகள் குறித்த பிரச்சனை தனித்து அணுக வேண்டிய ஒன்று. இன்று ஒன்றாம் வகுப்பில் பள்ளிக்கு அனுப்பப்படும் 100 பெண் குழந்தைகளில் 40 பேர் மட்டுமே எட்டாம் வகுப்பைக் கடந்தும் பள்ளியில் தக்க வைக்கப்படுகிறார்கள் என ஒரு சமீபத்திய கணக்கெடுப்பு கூறுகிறது. அவர்களின் 21 பேர் பத்தாம் வகுப்பு பொதுத் தேர்வு முடித்து பதினோராம் வகுப்பில் சேர்கிறார்கள். அதிலும் 14 பேர் கல்லூரி போகிறார்கள் என்பதே அகில இந்திய சூழல்.

கல்விச் சூழலில் மாணவிகளின் பிரச்சனைகள் தனியானவை. தூய்மையான பாதுகாப்பான கழிவறை இல்லாதது முதல் பள்ளி செல்லும் பாதையில் சாராயக் கடை இருப்பது வரை அவர்களை நம் கல்வி பல வகைகளில் கை கழுவும் சூழல்களே... இவை விவாதிக்கப்படுவது இல்லை. இளம் பெண் குழந்தை திருமணம், பூப்பெய்திய நாளோடு நிறுத்தி விடுதல், எடுப்பு வேலைக்கும், கட்டிட சித்தாளாகவும் அனுப்பப் படுதல் என அவலங்கள் இன்றும் தொடர்கின்றன. அவ்வாறு பல பிரச்சனைகளிலிருந்து தப்பி பள்ளி வரும் பெண் குழந்தைகள் பேட் டச் *(Bad Touch)* - பாலியல் ஆபத்துகளில் இருந்து மீண்டு சாதனையாளராவது அதாவது

பட்டதாரி ஆவது என்பது சாதாரண பெண் குழந்தைக்கு கல்பனா சாவ்லா விண்வெளியில் பறந்ததற்கு இணையான சோதனையாக இருக்கிறது. கல்வியை பெண் குழந்தைகள் போராடி அடைவது எப்படி... அன்றாட வாழ்வின் கற்றல் நடவடிக்கை தொடங்கி பெண் குழந்தைகளின் சுகாதாரம் சுய நம்பிக்கை என ஆசிரியை கமலாவின் இந்த நூல் நேரடியாக மாணவிகளிடமும் ஆசிரியைகளிடமும் பேசுகிறது.

நான் ஆசிரியை கமலாவை பல ஆண்டுகளாக அறிவேன். அர்ப்பணிப்பு உணர்வு மிக்க தோழமை உணர்வு ததும்பும் அற்புத ஆசிரியை அவர். தனது ஏழை மாணவிகளுக்காக உணவு சமைப்பதை, அவர்களுக்காக பெற்றோர்களோடு வாதாடி உரிமை மீட்பதில் என போராட்ட வாழ்வை விரும்பி ஏற்றவர். அவரது அனுபவங்களை அடுக்கிச் செல்லும் இந்த நூலை மாணவிகளிடம் கொண்டு போய் சேர்ப்பதில் பாரதி புத்தகாலயம் மிகுந்த மகிழ்ச்சியடைகிறது. ஒவ்வொரு மாணவியும் வாசிக்க வேண்டிய நூல் இது. அவர்களை வழி நடத்தும் ஒவ்வொரு ஆசிரியரும் படிக்க வேண்டிய பாடங்கள் பல இந்த நூலில் கொட்டிக் கிடக்கின்றன. வாசிப்போம். பெண் குழந்தை கல்வியை சாதிப்போம்.

ஆயிஷா. இரா. நடராசன்

நீ

நம்பிக்கைப் பூங்கொத்துடன் - நான்

என் வாசலில் - நீ -உள்ளே வா!

தும்பியைப் பார்த்த குழந்தை சொன்னது 'ஹெலிகாப்டர் மாதிரி இருக்கிறது.' இரண்டையும் நானும் தான் பார்த்திருக்கிறேன். ஆனால், அப்படி எனக்குத் தோன்றியதே இல்லை. ஏன்? குழந்தையின் ஒப்பீட்டு திறன், நான் எல்லாம் அறிந்தவள் என்ற என் கர்வத்தை தூள் தூளாக்கியது. மாறுபட்ட சிந்தனைக் களம் கொண்ட இந்தத் தலைமுறை குழந்தை வேறு யார்? நீதான்... நீயே தான்! உன்னை 'நீ' யாக 'நீ' அறிந்ததை விட நீ அறியாத உன்னை உனக்கு அறிமுகப்படுத்துகிறேன்... வா... 'நறுக்' கென்று சொல்லவா?

"தன்னைக் காலால் மிதித்தவனையும் குனிந்து
கையால் எடுக்கச் செய்வது முள்ளின் திறமை
'பஞ்ச்' ல்ல சொல்லணும்னா –

'நீ' முள்!

மாணவனாக உன்னை மதிப்பவர்களிடம்
தாழ்ந்து பேசும்

உன்னை மிதிப்பவர்களிடம் –
வாழ்ந்து பேசும்

நீ வைரச் 'சொல்'

தூக்கி எறியப்படும் தருணங்களில் கூட
சிறகை விரிக்கும்

நீ 'புள்'

சிரமம் தந்த உயரம் –
சிகரம் தொட்ட வைரம்
என்ற சரித்திர கல்வெட்டு – நீ!

இவை தாம் உன்னைப் பற்றிய என் விருப்பத்தின் காட்சிகள்!
காட்சிகள் நிஜமானால் நீ சாட்சியாவாய்! நானோ காட்சியாவேன்

பிரியம் பிரியாமலிருக்கும்

உன்.. நான்

நான்...

நேசியுங்கள் வாசிப்பை – யோசியுங்கள் வாசித்ததை
வாசிப்பிற்குள் வசிப்பதை யாசியுங்கள்....
சுவாசமெல்லாம் வாசிப்பாக

- தா. கமலா

என்னிலிருந்து 'நானைப்' பிரித்து உன் 'நான்' ஆக்கியவர்களே! இதுவரை என் உடலிலும் தலையிலும் கணத்தை ஏற்றாதவள்– உன் மனசில் கனத்தை ஏற்றி விட்டேனா? சரி விடு! கணக்கும் சுமையும் ஒரு நாள் மணக்கும்!

எல்லா நேரத்திலும் நான் நானாக இருக்க முடிந்ததில்லை. சில சமயம் 'நீ' யாகவும் வாழ்ந்திருக்கிறேன்.!

நான் கேட்டவை – பார்த்தவை – படித்தவை – படித்ததில் பிடித்தவை - வலையில் மாட்டியவை – உள்ளுக்குள் ஊறிக் கிடந்தவை என எல்லாவற்றையும் ஒற்றைத் தூண்டிலிட்டு வாரி எடுத்த கெட்டிக்காரி – நீ இதைப் படித்து மாறிவிடுவாய் என்று நம்பும் முட்டாள்தனமோ எல்லாம் செவிடன் காதில் ஊதிய சங்கு என்று குறை கூறும் நக்கீரத்தனமோ, காலில் தைத்த முள்ளின் மூலச் செடி தேடி வேரறுக்கும் சாணக்கியத்தனமோ என்னிடம் இல்லை. நான் சராசரி!

எனக்கு நியாயமாகப் படுவது உனக்கு அநியாயமாகவும், உனக்கு அநியாயமாகப் படுவது எனக்கு நியாயமாகவும் முரண்பட்ட இருவரும் இணைகோடுகளாய்...

என் தோள் மீது கை போடத் துடிக்காத தோழமையுடன் என்னோடு தள்ளி, ஆனால் இணைந்து வரும் நாகரிகப் பயணி நீ! வா! இணைந்தே செல்வோம்! வென்றே தீர்வோம்! 'என்னால் முடியுமா? என்ற முடிவு எடுக்க, முடியாத தயக்கத்தையும் சில சமயம் 'என்னால் முடியாது' என்ற முடிவுக்கே வந்ததன் மனப்பான்மையையும் சுக்கு நூறாக்கி நம்பிக்கை கொடுத்து இத்தொகுப்பிற்கு ஆதரவுக் கரம் நீட்டிய கல்வியாளர் பெருமதிப்பிற்குரிய திரு. ஆயிஷா நடராசன் அவர்களுக்கு என்னிமைகளின் ஓரம் கசிந்திருக்கும் ஈரத் துளிகள் உணர்த்தும் நன்றிகள் அனந்த கோடி!

யூ ஆர் பார்ன் டூ வின்

நீ காலத்தைப் போக்க இங்கு வரவில்லை
நீ காலத்தோடு போகவும் இங்கு வரவில்லை
நீ காலத்தை நிறுத்த வந்திருக்கிறாய்
ஒரு கணத்தில் ஒரு யுகம் பண்ண வந்திருக்கிறாய்

- லா. ச. ராமாமிர்தம்

பிரியத்துக்குரிய மாணவிக்கு,

நலம். நலமே. நாடலும் கண்களில் கனாக்களும் – நெஞ்சில் வினாக்களும் – பயமும் – பதட்டமும் – கலவர முகமும் உன்னை பன்னிரண்டாம் வகுப்பு மாணவன் என்று இனம் காட்டுகிறது. நீ வெற்றி பெற என் ஆசீர்வாதமும் வாழ்த்துக்களும்.

தோழமையாக - வழிகாட்டியாக வழிப்போக்கனாக வகுப்பறைக்குள் இருந்த நான். இன்று வகுப்பறை தாண்டி புறவெளியில் உன்னைச்- சந்திக்கிறேன். என் தூரிகையின் இலக்கு -

உன் கல்விப் பாதையில் நீ எதிர்கொள்ளும் வேகத் தடைகள் - உனக்குள் தழைத்துக் கிளைத்து வேரூன்றிய மனத் தடைகளை சுட்டி - வழியும் உன் விழி நீரை சுண்டி எறியும் ஆட்காட்டி விரலாய் என்னை அடையாளப்படுத்துவதில் மகிழ்ச்சி எனக்கு. உனக்கு...?

உன் வயதில் அறிவுரை கேட்கப் பிடிக்காது. என் வயதுக்கு சொல்லாமல் இருக்கப் பிடிக்காது. நான் சொல்லப் போவது அறிவுரையோ அறவுரையோ அல்ல. நத்தையாய் நகரும் என் ஞாபகச் சுமைகளை.

எனக்குள் பதுங்கிக் கிடக்கும் அனுபவப் பரவலை உன்னோடு பகிரும் சிறு முயற்சி இது.

உன் புருவங்கள் வியப்பால் விரிவது நான் யார் என்று அறியத் தானே...

'உன் நலம் விரும்பி' என்று உன்னை மிரட்டவில்லை. 'கண்டுபிடி பார்ப்போம்' என்று கண்ணாமூச்சி ஆடவில்லை. கன்ஃபூஷியஸ், சாக்ரட்டீஸ், பிளாட்டோ, அரிஸ்டாட்டில், டாக்டர் இராதா

> பெண் குழந்தைகள் என்றால் பொம்மை வைத்தும், சொப்புச் சாமான்கள் வைத்தும் விளையாடும் கால கட்டத்தில் பிறந்து வளர்ந்தவள் நான். ஆனாலும், நான் அதிலிருந்து மாறுபட்டு டீச்சர் விளையாட்டுதான் விளையாடுவேன். அடித்து அடித்து டீச்சர் விளையாட்டு விளையாடின நான் பின்னாளில் அடிக்காத ஆசிரியர் ஆனேன். சிறு பிள்ளைகளின் விளையாட்டுக்கள் அவர்களின் பிற்கால வாழ்க்கைக்கான முன்னறிவிப்பாக கூட இருக்கலாம். யோசித்துப் பார். உன் சிறுவயதில் நீ என்ன விளையாடினாய் என்று. உன் பிறப்புக்கான காரணமும் உன் வருங்கால வாழ்க்கைக்கான வழித்தடங்களும் உனக்குள்ளேதான் ஒளிந்திருக்கிறது. தேடு! உனக்கும் அகப்படும்.

கிருஷ்ணன், டாக்டர். கலாம் - சத்தியமாய் இந்த வரிசை ஆசிரியர் இல்லை நான். இதை ஒப்புக்கொள்வதில் எனக்கு எந்த அவமானமும் இல்லை. ஒரு தலைமுறை ஆண்டுகளாக வகுப்பறையில் வசிக்க வந்த உன் போன்றவர்களை நேசித்து, வாசிக்க வைத்து, யோசித்ததின் விளைவே இம்மடல். வாழ்வாதாரமாக அமைந்த கற்பித்தல் பணிக்கு ஊதியம் பெற்றுள்ளேன். கற்பித்தல் எனும் ஒரு வழிப்பாதையில் கற்பிக்க வந்த நான், உன் மூத்த சமூகத்தினரிடம் கற்றவைகளை மறுப்பதற்கில்லை, மறப்பதற்கில்லை. அவர்களிடம் அவர்களுக்காக கற்றவைகளில் நான் முன்னெடுப்பது தேடலைத் தான்.

என் தேடலின் நீள அகலங்களை விசாலமாக்கிய உந்து சக்தியே என் மாணவிகள் தான். அவர்களுக்காக என்ன செய்திருக்கிறேன்? ஒன்றுமே இல்லையே! குறைந்தபட்சம் ஒரு நன்றியாவது சொல்லி இருக்கிறேனா? இல்லையே.... நினைக்க நினைக்க பூரிப்பது எல்லாம் அவமான உணர்வே..

பதின்மப் பருவத்துக்கே உரிய துள்ளலும் துடுக்கும் விவேகமற்ற வேகமும் அறியாப் பருவத்தின் தெரியாத்தனங்களும், அதீத கோபம், சிறுபிள்ளைத்தனம் - இவைகளைப் புறந்தள்ளி முதிர்ச்சியையும்

தெளிவையும் இலட்சியத்தையும் கை நீட்டி நீ அழைக்கும் தருணம் இதுவல்லவா?

பள்ளிக்கு நீ புத்தக மூட்டையுடன் சோக மூட்டையும் அல்லவா சுமந்து வருகிறாய். கனக்கும் சுமை கண்டு துவளாதே!

"உலகையே தாங்கும் – பூமியே

உன் காலடியில் தான் இருக்கிறது" – என்று நீ நினைத்துப் பார்!

நான் யார் என்று நான் நினைத்துக் கொண்டிருந்தேனோ அந்த நான், நானில்லை –

நீ என்ன என்னை நினைத்தாயோ அந்த நான் தான் 'நான்' என்று என் அடையாளத்தைப் பன்முகமாக்கியது உன் சமூகம் தானே (மாணவிகள்)

"ஒரு ஆப்பிளில் உள்ள விதைகளை எண்ண முடியும் – ஆனால்

ஒரு விதையில் உள்ள ஆப்பிள்களை எண்ண முடியாது –

ஆஸ்திரேலியப் பழமொழி.

நீ ஆப்பிளில் உள்ள ஒரு விதை!

நீ அறியாத உன்னை உனக்கு அறிமுகப்படுத்தவே கை குலுக்கத் தயாராக இருக்கிறேன் உன் தோழமைக்காக!

நீ எப்படி இருந்தாலும் (மக்கு – தண்டம் – முண்டம் – உதவாக்கரை – உருப்படாதவள் – படிக்காதவள் – மரமண்டை – படிப்பாளி – நல்லவள் – ரொம்ப கெட்டவள் – அடங்காதவள் – இலட்சியவாதி)

உன் மீது எப்போதும் பிரியாத பிரியங்களுடன் என் வார்த்தைகளுக்குள் வசிப்பது என் இஷ்டம்!

என் வார்த்தைகளை வாசிப்பது உன் இஷ்டம்!

மாறாத பிரியமுடன்

உன் நான்

2

முன்னறி தெய்வங்கள்

உம் பிள்ளைகள்
உம் பிள்ளைகள் அல்ல...
உம்மிலிருந்து தோன்றியவர்கள் அல்ல...
உம் மூலமாக வந்தவர்கள்

– கலில் ஜிப்ரான்

அன்புள்ள மாணவியே!

என் முதல் மடல் படித்தாயா? குறுஞ்செய்தி காலத்தில் கடிதமா? என்று எள்ளி நகைத்து, தள்ளிவைத்தாயா? உன் நேரத்தை வீணடித்து விட்டேன் என்று நினைக்கிறாயா? சொல் பேச்சு கேட்காமல் நீ 'செல்' பேச்சில் செலவழித்து நேரம் – தொலைக்காட்சிக்குள் நீ தொலைத்த நேரம் – வெட்டி அரட்டையில் வீணடித்த நேரம் – இவைகளைப் பற்றி நீ கவலைப்பட்டு இருக்கிறாயா? ஒரு வேளை நீ கவலைப்பட்டு மாற்றங்கள் உன் மனதில் மலர்ந்தால் – அந்த நொடி தான் என் மனசுக்குள் சந்தோஷங்கள் பூக்கும் தருணம். அந்தத் தருணங்கள் எனக்கு வாய்ப்பதும் – வாய்க்காமல் போவதும் உன்னால் தான்!

உன்னைப் பார்த்தால் பாவமாக இருக்கிறது. பள்ளி – வீடு – பாடச்சுமை – டியூசன் – சிறப்பு வகுப்பு – மாலை – இரவுநேர வகுப்புகள்– அன்றாடம் தேர்வுகள்– மாதாந்திர, பருவம்– திருப்புதல் தேர்வுகள் என உன்னை சொல்லி அடிக்கும் இவை எல்லாம் சாதாரணமானவை இல்லை. சதா 'ரணமானவை' என்று எனக்கும் புரிகிறது. என்ன செய்வது? இன்று நீ பல்வேறு சிரமங்களை தாங்கிப் பயணிக்கும் இந்தப் பாதை தான் உன்னை சிகரம் வரை கொண்டு சேர்க்கும். இது நீ அறிய வேண்டிய இரகசியம். உன்னைப் பார்த்தால் பயமாகவும் இருக்கிறது. பாதை எது? இலக்கு எது? பயணம் எது? என்று புரியாமல் மலங்க மலங்க விழித்துக் கொண்டு நடு

என் 7 ஆம் வகுப்பு வரலாற்று ஆசிரியர் பாடங்களைத் தாண்டி கதைகள், உலக நிகழ்ச்சிகள், அரசியல் என பல விஷயங்களை சொல்லி அசத்துவார். நானும் ஆசிரியராகி அவரைவிட அதிகமாக சொல்லணும் என்று தீர்மானித்தேன். வகுப்பறைதான் எனக்குப் போதிமரமாக இருந்தது. ஏனெனில், என் வாழ்க்கையின் முக்கிய முடிவுகளை அங்கு தான் எடுத்திருக்கிறேன். 1). ஆசிரியர் ஆவது 2). மாணவர்களை அடிக்காமல் இருப்பது 3). வாழ்வியல் நீதிகளையும், உள்ளூர் தொடங்கி உலக விஷயங்கள் வரை சொல்வது. இப்படி நான் எடுத்த முடிவுகளை நான் படித்த பள்ளியிலே ஆசிரியராகி நடத்திக் காட்டிட காலம் எனக்கு வாய்ப்பளித்ததை நன்றியுடன் நினைவு கூறுகிறேன்.

வீதியில் நிற்கிறாய். இதுவரை நீ நடந்து கடந்தது உன் தெருமுனை மட்டுமே. அடுத்து நீ கடக்க வேண்டியது 'திருப்புமுனை' அதன் திக்குகளை நிர்ணயிக்கப் போவது யார்? நீயா? உன் பெற்றோர்களா? ஆசிரியர்களா? நண்பர்களா? வெயிலில் நின்று உனக்கு நிழல் குடைவிரிக்கும் பெற்றோர்கள் உன்னைப் பெற்றவர்கள் – நீ அவர்களை இழந்தால் மீண்டும் உன்னால் பெறமுடியாதவர்கள் என்று உனக்கு நினைவூட்டுகிறேன்!

உனக்கு உயிர் – ஊண் – உண்டி கொடுத்தவர்கள் – உனக்கு இந்த உலக வாழ்க்கையைக் கொடுத்தவர்கள் உனக்கு நல்ல பெயரை வைத்திருக்கலாம். ஆனால், நற்பெயரை நீ தானே வாங்க வேண்டும் என்ற நம்பிக்கைப் பூங்கொத்துடன் வாசலில் நிற்பவர் உன் அம்மா!

"அம்மா என்றால் ஓர் அம்மா தான். உன் அம்மா, என் அம்மா என்று தனித்தனி அம்மாக்கள் கிடையாது ஒரே அம்மா தான்."

லா.ச.ரா

பட்டினத்தாரின் தாய் தொடங்கி – உன் தாய் வரை எல்லா தாய்க்கும் அகம் ஒன்று தானே! மண்ணில் நீ வந்த நாள் தொடங்கி அவர்கள் மண்ணில் உதிரும் வரை நீதான் அவர்களுக்குள் வாழ்வாய்.

இது என்றாவது ஒரு நாள் உனக்குப் புரியும். அப்பா குழந்தைப் பருவத்தில் உன் முதல் ஹீரோ. ஆனால், இப்போது வில்லனாகப் பார்க்கிறாய். உன்னைத் தோளில் தூக்கி உயரத்தைக் காட்டுபவர். உன்னைத் தனியே நடக்க விட்டு உன் தன்னம்பிக்கையையும் தைரியத்தையும் ரசிப்பவர்.

என் தகப்பன் எனக்கு இதைத்தான் சொல்லிக் கொடுத்தான்...
முதிர்ந்த மரத்தின் வேர்களைப் போல் மண்ணில் ஊன்றவும்...
பெருத்த பறவையின் சிறகுகள் போல் விண்ணில் அலையவும்...

- பழங்குடிப் பாடல்

பெற்றோர்கள் வாழ்க்கை அனுபவ அரிச்சுவடியை படித்தவர்கள் என்பதை ஏற்கத் தெரியாமல் பாமரர் என்று பட்டம் சூட்டுகிறாய்! அவர்களை மதித்து நடந்தால் உயர்வாய், மிதித்து நடந்தால் வீழ்வாய்! இது காலம் கடந்தும் நிற்கும் நிஜம். காயங்கள், கண்ணீர்துளிகள், ஏமாற்றம், துரோகங்கள், உன்னைப் பற்றிய கனாக்கள், அவமதிப்பு, உதாசீனம் என அவர்கள் கடந்து வந்த பாதையின் மைல்கல். இந்த சாபங்கள் உன்னைத் தொடரக்கூடாது என்று வேள்வி இயற்றும் தவசீலர்கள்! கோபம், எரிச்சல், ஆவேசம், விவேகமற்ற வேகம் என்று உன்னை எதிர்மறைச் சின்னமாக அடையாளப்படுத்துகிறாய்! உன்னை பண்படுத்த சொல்வதைக் கூட உன்னைப் புண்படுத்தவே என்று சிறு மணலாய் சிதறுகிறாய்! அவர்களைப் புரிந்து கொள்ள உனக்கு முதிர்ச்சி இல்லை. உனக்குப் புரிய வைக்கும் அளவுக்கு அவர்களின் முதிர்ச்சிக்கு பொறுமை இல்லை! பெற்றோர்கள் தான் வாழ்க்கையின் சாரம்! அவர்களின் இனிய மல்லிகைச் சரம் நீதான்! இந்த உணர்வும் புரிதலும் உனக்கு வாய்த்தால் அதுவே வரம்! உன் வெற்றிக்கு வியர்வையைக் கொடுத்தவர்கள்! உன் தோல்வியில் தோள் கொடுப்பவர்கள். பெற்றோர்களை நிந்திக்காதே! வெற்றி உன்னை சந்திக்கும்! அதுவரை நான் சொன்னவைகளை சிந்தி!

இப்படிக்கு

நான்

3

குரு வணக்கம்

ஆசிரியர் பணி ஏற்றதும் எல்லாம் படித்து முடித்ததாய் எல்லாம் அறிந்தவளாக நினைத்தேன். வகுப்பில் மாணவிகள் வினாக்கள் தொடுக்கத் தொடுக்கத்தான் புரிந்தது தெரியாதவை கடலளவு என்று தெரியாதவற்றிலிருந்து தெரிந்ததை நோக்கி என் தேடலின் பயணத்தை கொடி அசைத்து துவக்கி வைத்த என் மாணவிகள் தான் என்னால் மறக்க முடியாத ஆசிரியர். ஒவ்வொரு மாணவனிடமும் நான் கற்ற பாடங்கள் வெவ்வேறு கற்றலில் இன்னும் நான் மாணவனே''

கமலா

அன்புள்ள மாணவியே!

நீ முதன் முதலாய் (மழலையின் வகுப்பு) பள்ளி சென்ற நாள் நினைவிருக்கிறதா? உன் தாயின் கைபிடித்து கண்களில் பயமும் நீர்த்துளிகளும் மின்ன மிரட்சியுடன் வகுப்பறைக்குள் நுழைந்த உன்னை "அழக்கூடாது வா... வா... சமர்த்து" என்று விரல் பிடித்து புன்னகையுடன் அழைத்துச் சென்ற ஆசிரியரை மறக்க முடியுமா? அன்று உனக்கு 'அ' கரம் எழுத கரம் பிடித்ததும் ஒரு ஆசிரியர் தான். இன்று நீ சிகரம் தொட ஊக்கமளிப்பதும் ஒரு ஆசிரியர் தான்! வீட்டுச் சூழலில் இருந்து உன்னைப் பிரித்து பள்ளிச் சூழலில் கற்பித்தலில் பொருத்தி உன் பிஞ்சு விரல்களுக்கு எழுத்தை வசப்பட வைக்க, எத்தனை முயற்சிகள் எடுத்திருப்பார். வார்த்தைகளை உச்சரிக்க, எழுத, பாட, விளையாட என இறைவனாய் நின்று கற்பித்த ஆசிரியரை நினைத்துப் பார்த்ததுண்டா? அவருக்கு நன்றி சொல்ல எண்ணியதுண்டா? ஆசிரியர் சொல்லை வேதமாக மதித்து நடந்தாய். பிள்ளைப் பருவத்தில் பன்னிரண்டாம் வகுப்பு வந்ததும்

8 ஆம் வகுப்பு படித்த போது என் தந்தையுடன் குடும்ப மருத்துவரைப் பார்க்கச் சென்றோம். லண்டனில் படித்தவர். எப்போதும் என்னிடம் கேள்விகள் கேட்டு மிரள வைப்பார். சில நேரம் இவர் டாக்டரா இல்லை - ஆசிரியரா என்று கூட எனக்கு சந்தேகமாக இருந்ததுண்டு. அன்றும் ரிடையர்மெண்ட் என்று ஏன் சொல்கிறோம் என்றார். வழக்கம் போல் நான் 'தெரியவில்லை' என்றதும், 'மனிதன் 40 வயதானதும் டயர்டு ஆகி விடுவான். பின் 50 வயதுக்கு மேல் மீண்டும் டயர்டு (re-tired) ஆகி விடுவான் re-tired ஆவதே ரிடையர்மெண்ட் என்றானது' என்பார். இது போல், பல விஷயங்கள் எனக்கு சொல்லி இருக்கிறார். வினாக்கள் கேட்டுக் கேட்டு பல விடைகள் தந்து என் தேடலின் ஆர்வத்தை அதிகரித்தவர். இன்னும் அவரின் மருத்துவமனையை (ARR Hospital) கடக்க நேரும் போதெல்லாம் என் மனசின் வணக்கத்தை விண்ணுலகிலிருந்து ஏற்பாரா?

ஆசிரியர்களை மதிக்காமல் ஞானியின் செருக்குடன் நீ இருப்பது எனக்கு அதிர்ச்சியைத் தருகிறது. ஏன் இப்படி?

ஆசிரியரை மதித்து நடந்தால் உன் மதிப்பு உயரும்; மிதிக்க நினைத்தால் உன் மதிப்பும் வருங்காலமும் அழியும் என்பது நீ அறிய வேண்டிய இரகசியம். ஆசிரியர் பணி என்பது பிழைப்பு அல்ல, இறைவனின் அழைப்பு என்பார் என் தலைமையாசிரியர். எத்தனை சத்தியம் அந்த வார்த்தைகளுக்குள் வசிக்கிறது. தன் சொந்தப் பிள்ளைகளின் கல்வியைக் கூட கவனிக்க நேரமின்றி வகுப்புப் பிள்ளைகள், பள்ளி, பாடம், குடும்பம், சக ஆசிரியர்கள், தலைமையாசிரியர், கல்வித்துறை அதிகாரிகள் என எத்தனை நெருக்கடிகள்? இதற்கு எல்லாம் சிகரம் வைத்தாற் போல் நீயும் படிக்காமல் நெருக்கடி தருகிறாய். ஆசிரியரின் நிலையை எண்ணிப் பார்! இத்தனை முட்களோடு முகம் தூக்கும் ரோஜாவாக கற்பித்தல் பணியை ஆற்றும் ஆசிரியர்கள் வணக்கத்துக்குரியவர்களே! இரண்டாம் பெற்றோரான அவர்கள் கனிவும், கண்டிப்பும் காட்டி, சுட்டியும், தட்டியும் உனக்குப் பாடத்தையும், ஒழுக்கத்தையும் புரிய

வைக்க எடுக்கும் முயற்சிகள் முற்றுப்புள்ளிகள் இல்லாதவை. ஒரு காலத்தில் ஆசிரியர்கள் முன் மாணவர்கள் பேசவும் அஞ்சி, கை கட்டி, வாய் பொத்தி நின்ற நிலையும் அடித்தால் படியும் என்ற பிற்போக்கான சிந்தனையும் இன்று இல்லை. தோழமையுடன் தட்டிக் கொடுத்து ஊக்கம் கொடுக்கும் ஆசிரியர்கள் உள்ளனர்.

இன்றைய சூழலில் உன்னைக் கண்டிப்பதோ தண்டிப்பதோ பயனற்றது. நீ உணரும்படி உணர்த்துவதே பலன் தரும் என்பதை என் மாணவிகள் தான் எனக்கு உணர்த்தினர். வேடிக்கையும் விளையாட்டுமாய் தான்தோன்றியாய், பொறுப்பும் இலக்கும் இல்லாதவர்களாக ஒரு வகுப்பறையே இருந்தது. (65 மாணவர்கள்) அவர்களிடம் இதை மட்டும் தான் சொன்னேன். "நீங்கள் பெற்றோர்களுக்கு துரோகம் செய்தால் காலில் விழுந்து மன்னிப்பு கேட்கலாம். ஆசிரியருக்கு துரோகம் இழைத்தால் மண்டியிட்டு மன்னிப்பு கோரலாம். படிக்காமல் உனக்கு நீயே துரோகம் இழைத்தால் உன் காலில் நீயே விழுந்து மன்னிப்பு கேட்க முடியுமா? என்றேன். என் வார்த்தையின் உஷ்ணத்தில் உள்ள உண்மையை உணர்ந்து படி, படி என்று படித்து வெற்றிக்கொடி பிடித்தார்கள். அப்போது தான் எனக்குப் புரிந்தது மாணவர்கள் உணரும்படி சொல்ல நமக்குத் தெரிய வேண்டும். நீயும் அத்தகைய உணர்திறன் மிக்கவள் தான். கண் கலங்க மனம் நெகிழ வார்த்தைகள் இன்றி அவர்கள் என்னைப் பார்த்த பார்வையின் அர்த்தத்தை எந்த கோனாராலும் நோட்ஸ் போட முடியாது.

அன்று தொடங்கிய அவர்களின் கற்றல் ஓட்டம் கல்லூரி வரை தொடர்வது எனக்கு அனந்த கோடி ஆனந்தமே! வகுப்பறை அடைகாத்து குறிப்பிட்ட ஆண்டுகளுக்குப் பின் துப்பிவிடும்! ஆனால் ஆசிரியர் ஓய்வு பெறும்வரை அங்கு வசிப்பவர்கள். உன் நிலை உயர்த்தப்படும் போது உன்னை அண்ணாந்து பார்த்து 'என் மாணவன்' என்று மகிழ்வார்கள். ஆசிரியர் பணியின் மாண்பினை வரையறுக்கும் வல்லமை என் வார்த்தைகளுக்கு இல்லை.

ஒரு நல்ல ஆசிரியர் மாணவர்களுக்கு வரம்!
ஒரு நல்ல மாணவன் ஆசிரியருக்கு வரம்!
நீ எப்படி? உன் ஆசிரியர் எப்படி?

4

உன் இலக்கு விண்ணா? மண்ணா?

வாழ்வில் மிகப் பெரிய
சோகம் – நமது நோக்கத்தை
அடையாமல் இருப்பதல்ல
'ஒரு நோக்கமே'
வாழ்வில் இல்லாமல் வாழ்ந்துவிடுவது தான் –

- பெஞ்சமின் ஈமெய்ஸ்

அன்புள்ள மாணவியே!

தோல்விகள் என்னைத் தொட்டதில்லை. வெற்றிகள் என்னைத் தொடாமல் விட்டதில்லை' என்று தனுஷின் கொலை வெறிப்பாடல் போல் கலக்கணும் என்று உனக்கு ஆசை இல்லையா? அதற்கு என்ன செய்யணும்? அதற்கு இலக்கு (அ) குறிக்கோள் தீர்மானி. உன் செயல்களை ஒருமுகப்படுத்தி குறிப்பிட்ட ஒன்றை நோக்கி நீ நகர்வதே குறிக்கோள் ஆகும். இதுவரை இல்லை என்றாலும் இனியாவது தீர்மானி. நிர்ணயித்த பின் அதை நோக்கியே நட, ஓடு, இல்லை எனில் பற.

கவலைகள் சுமந்து கண்ணீர் சிந்தாதே –

குறிக்கோள் சுமந்து வியர்வை சிந்து –

உன் குறிக்கோளை நீ தான் தீர்மானிக்கணும். உன் பெற்றோரோ ஆசிரியரோ அல்ல. அவர்கள் உனக்கு வழிகாட்டலாம். உதவலாம், ஊக்கப்படுத்தி உற்சாகம் ஊட்டலாம். குறிக்கோளை அடைய முயற்சி மட்டும் போதாது. வெற்றி பெற வேண்டும் என்ற வெறி உன் அணுக்களில் சிம்மாசனம் இட்டு அமரணும். வெற்றியில் வெறியும் அடக்கம் என்று புரிந்ததா? அருவறுப்பான கம்பளிப்பூச்சி தன்னைச் சுற்றி தான் கட்டிய கூட்டுக்குள் ஒடுங்கி முடங்கிக் கிடந்தால் அதன் கதை முடிந்த கதை தான். அது தன் சொந்தச் சிறைகளை உடைத்து

இன்று பல மேடைகள் கண்ட நான் என் பள்ளி நாட்களில் ஒருமுறை கூட மேடை ஏறியதில்லை. அப்போதெல்லாம் சிவந்த நிறமுள்ளவர்களையே நிகழ்ச்சிகளில் சேர்த்துக் கொள்வார்கள். திறமைக்கும் நிறத்துக்கும் என்ன சம்மந்தம் என்று அப்போது எனக்குப் புரியவில்லை (இப்போ மட்டும் புரிஞ்சிடுச்சா?) இந்த மரபை ஆசிரியராகி உடைப்பேன் என்று உறுதி கொண்டேன். ஆசிரியரானதும் 'பேசப் பயப்படுபவர்கள், கறுப்பானவர்கள், குள்ளமானவர்கள், மேடையைக் கண்டால் நடுங்குபவர்கள்' இப்படிப்பட்டவர்களை ஊக்கம், தைரியம் கொடுத்து மேடை ஏற்றி அடையாளப்படுத்தினேன். மாணவனுக்கு அழகு சேர்ப்பது நிறம் அல்ல திறமை என்று அவர்களும் உணர்ந்து, மற்றவர்களுக்கும் உணர்த்தினார்கள். 'திறமையின் உயரமே மனிதனின் உயரம்' என்ற என் கருத்துக்கு என் மாணவிகள் 'ஓ' போட்டனர். நீ யெல்லோ போட்டு விசில் போடுவாயா?

சிறகு விரித்து காற்றின் பக்கங்களில் வண்ணக் கவிதை எழுதும் பட்டாம்பூச்சி சொல்வது என்ன?

சிறைகளை உடை! சிறகு விரி! வானம் சுமக்கலாம் என்று வண்ணத்துப்பூச்சி நடத்தும் பாடத்தை உற்றுநோக்கி கற்றுக் கொள்! வாழ்வில் ஒவ்வொரு நொடியும் உன்னதமானவை. அவை இலக்குகளால் மட்டுமே மகுடம் சூடுகின்றன. ஆசிரியர் நடத்தும் பாடம் அச்சடித்தவை. ஆனா, இயற்கை நடத்தும் பாடமோ வாழ்வியல் பாடம். இதை கற்க ரசனை, உற்றுநோக்கல், விழிப்புணர்வு தேவை. ஆயிரம் அடி உயரத்தில் கழுகு பறந்தாலும் அதன்பார்வை பூமியில் ஓடும் அதன் இரை மீதே இருக்கும். உனக்கும் கழுகுப் பார்வை வேண்டும். கற்கும் பருவத்தில் உன் கவனம் படிப்பிலும், அதைச்சார்ந்த செயல்பாடுகளிலும் இருக்கணும். வாழ்வில் நெறிகளையும் ஒழுக்கத்தையும் கடைப்பிடிக்கணும். இல்லை என்றால் என்ன ஆகும்? தண்டனைகள் தர்மங்களாகும். உன் இளமையின் ஆற்றல் வியர்த்தமாகும்.

வரமான வாழ்வு சாபத்தின் கரங்களில் சிக்கிக் கொள்ளும் மண்ணில் விழுந்த விதை கூட முளைக்கணும் என்ற குறிக்கோளுடன் துளிர்க்கிறது. விழுந்தால் நீயோ அழுகிறாய்! வீழ்ச்சி எழுச்சிக்கே என்றுணர்ந்து எழுந்து நில்! காலம் பொன் போன்றது என்பதில் எனக்கு உடன்பாடில்லை. ஏனெனில் பொன்னை இழந்தால் மீண்டும் பெறமுடியும். ஆனால், காலத்தை இழந்தால் மீண்டும் பெற முடியாது. உன் இலக்கை அடைய காலத்தை முறையாக பயன்படுத்த வேண்டும். வெட்டிப்பேச்சு, ஊடக பயன்பாடு, சினிமா, செல்போன், சோம்பேறித்தனம், நாளை என்று ஒத்திப் போடுதல், வீண் விவாதங்கள், அரட்டை என்று இவை உன் நேரத்தை கொஞ்சம் கொஞ்சமாக கொல்லும் விஷம் என்று உனக்குப் புரியுமா? இதை உனக்குப் புரிய வைக்க முயற்சிப்பவர்களைக் கண்டு புறமுதுகு காட்டி ஓடுகிறாய்.

"அன்று காலத்தை நான் வீணடித்தேன். இப்போது காலம் என்னை வீணடிக்கிறது" என்று புலம்பினான் இரண்டாம் ரிச்சர்ட் மன்னன்.

உளவியல் ஆய்வின்படி ஆசிரியர்கள்தான் மாணவர்கள் மத்தியில் இலட்சியத்தையும் கற்கும் ஆர்வத்தையும் ஊட்ட வேண்டும். சாதிக்கும் கனாக்களையும் வளர்க்க வேண்டும். என்ன? உன் குறிக்கோள் என்னவென்று தீர்மானித்து விட்டாயா? கவனச்சிதறலை ஓரம் கட்டி முழுமூச்சில் முயற்சித்தால் உன் இலக்கு பூரணத்துவம் பெற்று வெற்றி வசமாகும். வாழ்வில் ஒவ்வொருவருக்கும் வெவ்வேறு இலக்குகள் இருப்பினும் அதை அடைய முயற்சிகளும். போராட்டங்களும் நிரம்பியதே என்பதே வரலாறு சுட்டும் உண்மை. இலட்சியமற்ற வாழ்க்கை நிலவும் விண்மீன்களும் அற்ற வானம் போல் அழகற்றது.

"தடம் பார்த்து நடப்பவன் மனிதன்
தடம் பதித்து நடப்பவன் மாமனிதன்"

ஜோ. மல்லூரி

நீ மனிதனா? மாமனிதனா?
அர்ச்சுனனுக்கு பறவையின் கண்
குளக்கரை கொக்குக்கு மீன்
உன் பெற்றோர்களுக்கு நீ
உனக்கு??

5
உற்சாக பானம்

சில மாணவர்கள் தொடக்கத்தில் மந்தமாக இருப்பார்கள். இதனால், பெற்றோர், அச்சம், பயம், கவலை கொள்வர். பயம் கொள்ள வேண்டாம். சீனாவில் மோஸோ என்ற மூங்கில் வகை, விதைத்த 5 ஆண்டுகளுக்கு வளர்ச்சிக்கான அறிகுறி எதனையும் காட்டாது. 5 ஆண்டுகளுக்கு பின் முளைத்து நாளொன்றுக்கு இரண்டரை அடி வீதம் 6 வாரங்களில் 90 அடியாகி அசுர வளர்ச்சி காட்டும். 5 ஆண்டுகளில் மண்ணில் வேக வளர்ச்சிக்கான ஆற்றலை சேமிக்கிறது. மெல்ல வளரும் குழந்தைகளை ஊக்குவிங்கள் அவர்களும் சாதிப்பார்கள் - மரபின் மைந்தன்

அன்புள்ள மாணவியே

மாணவர்களுக்கு மிகப் பெரிய உந்து சக்தியாக இருப்பது ஊக்கமே. 'ஊக்கம் கொடுத்தால் ஊக்கு விற்பவனும் தேக்கு விற்பான்' என்ற பழமொழியை நீ கேட்டதில்லையா? அது அனுபவத்தின் அரிச்சுவடு அல்லவா? பெற்றோர்கள், ஆசிரியர்கள், நண்பர்கள் இவர்கள் தரும் ஊக்கத்தால் உயர்ந்தவர்களின் பட்டியல் சீனப் பெருஞ்சுவரை விட பெரியதாக இருக்கும். நீ நடை பயில கற்றபோது தட்டுத்தடுமாறி விழுந்து எழுந்து நடை பயின்றாய். நீ விழுந்த போது உன் தாயோ தந்தையோ கைதட்டி வா... வா... ந்ழுந்துவா என்ற உற்சாக குரல் தான் நீ விழும் போதெல்லாம் உன்னை எழுந்து நடக்க வைத்தது. ஆனால், இன்று ஊக்கம் கொடுப்பவர்களை விட ஊக்கத்தை கெடுப்பவர்கள் தான் உறவுகள், நண்பர்கள், ஆசிரியர்கள், பெற்றோர்களாக உன்னைச் சுற்றி உள்ளனர். உன்னால் முடியாது, உருப்படமாட்டாய், உதவாக்கரை படிப்பு வராது போன்ற எதிர்மறை வசவுகள் உன்னை நோக்கி பாய்ந்து உன்னுடைய தன்னம்பிக்கையை குலைத்து தாழ்வு மனப்பான்மையை உன்னுள் வளர்த்துவிடும். இதில் இந்த மாதிரியான இறுக்கமான சூழலில் சிக்கி தற்கொலை வரை சென்றவர்களும் உண்டு.

என் 6 ஆம் வகுப்பு அறிவியல் ஆசிரியை இரணக்கள்ளி தாவரம் பற்றி பாடம் நடத்தினார். அந்த தாவர இலையை வகுப்பறையில் கட்டித் தொங்க விட்டார். அடுத்த நாள் கட்டிப் போட்ட இடத்தில் எல்லாம் வேர்கள் துளிர்த்திருந்தன. இதை நினைவில் நிறுத்த அவர் சொன்னார் 'கட்டிப் போட்டால் குட்டிப் போடும்' என்றார். ஒரு மாணவி சொன்னாள் 'என்னையும் கட்டிப் போடுங்கள், குட்டி போடுகிறேனா பார்ப்போம்' என்றாள். உணவு, இடைவேளையின் போது அந்த மாணவியை ஜன்னலில் வைத்து நானும், என் தோழியும் கட்டினோம். கூச்சலும், சிரிப்பும் வகுப்பறையைத் தாண்டி ஸ்டாப் ரூமை எட்ட, வகுப்பாசிரியர் விரைந்து வந்தார். வகுப்புத் தலைவி நடந்தவைகளை 'புட்டு புட்டு' வைக்க, குற்றவாளியாக கை கட்டி நின்றோம். 'அவள் கட்டிப் போடு என்று சொன்னால் நீ செய்வாயா? உனக்கு புத்தி கிடையாதா?' என்று கேட்டு அடி பின்னி எடுத்துவிட்டார். அதுதான் நான் வாங்கிய முதல் அடி. அதுவே கடைசி அடியும் கூட. முதலும், முடிவும் எனக்கு ஒன்றாக வாய்த்தது. அதற்குப் பின் சுட்டித்தனத்தை அடியோடு விட்டு விட்டேன். இன்று வரை சிந்திக்காமல், எதையும் எவர் பேச்சையும் கேட்டு, செய்யாமல் இருக்க இரணக்கள்ளி தான் காரணம். என் மனதையும், உடலையும் ரணமாக்கி, ரணக்கள்ளி நடத்திய பாடத்தையும்; ஏன் ரணக்கள்ளியையும் என்னால் மறக்க முடியவில்லை!

எனவே, யாரும் உனக்கு ஊக்கம் தரணும் என்று எதிர்பாராமல் உனக்கு நீயே உந்துசக்தியாகி ஊக்கம் வளர். வீட்டுச் செடிகளை விட, காட்டுச் செடிகளுக்கே வலிமையும், போராட்டமும் வீரியமும் அதிகம் என்று உணர்ந்து கொள். ஓவியக் கலையில் சிறந்து விளங்கு காரணம் என்னவென்று கக்பிக்காசோவிடம் கேட்கப்பட்டது "நான் என்னவாக வேண்டும் என்று என் அம்மா கவலைப்பட்டது இல்லை. அவர் ஒன்றை மட்டும் சொன்னார். "மகனே! நீ ராணுவத்தில் இருந்தால் தலைமை தளபதியாக வரணும். பாதிரியாராக இருந்தால் போப் ஆண்டவராக வரணும்" என்றார்.

நான் இந்தத் துறையில் முன்னணியில் இருக்க என் தாய் தந்த ஊக்கம் தான் உந்து சக்தியாகி என்னை இயக்கியது. ஊக்கமது கைவிடேல் என்றும் ஊக்கமுடைமை அதிகாரத்தின் குறள்களைப் படித்து மனப்பாடம் செய்து மதிப்பெண் பெற்றால் மட்டும் போதாது. வாழ்க்கையிலும் அதைப் பின்பற்ற வேண்டும். உன் வாழ்க்கையில் இருந்து கற்றுக் கொள்ளும்போது நீ அனுபவசாலி ஆகிறாய். பிறர் வாழ்க்கையிலிருந்து கற்கும்போது அறிவாளி ஆகிறாய்! இன்று நீ கேட்க நேர்ந்தவை எல்லாம் எதிர்மறை வசவுகளும் நம்பிக்கையைக் குலைக்கும் வார்த்தைகளும் தான். அதைக் கேட்டுக் கேட்டு ஒரு கட்டத்தில் நீ அப்படியே மாறிவிடுகிறாய். உன் மனம் படும்பாட்டைப் புரிந்து கொள்ள எவருக்கும் நேரமும், மனசும் இல்லை.

இதிலிருந்து தப்பிக்க வழி என்ன? சுய ஊக்கம், கை கொடுக்கும். என்னால் முடியும் நான் நன்கு படிக்கிறேன். எதுவும் என்னால் இயலும். இதுபோன்ற நேர்மறை வாசகங்கள் உனக்கு நம்பிக்கையையும் திடத்தையும் தரும். முயன்று பாரேன்! கண்டிப்பும் தண்டிப்பும் உன்னைத் திருத்தும் என்பது பழங்கணக்கு. உன்னை அவை வருத்தும். திருத்தாது என்பது யாரும் இதுவரை புரிந்து கொள்ளாத மனக் கணக்கு. ஊக்கமும் உற்சாகமும் உன்னை உயர்த்தும் என்பது சிலருக்கு மட்டும் தெரிந்த கணக்கு. பள்ளியால் நிராகரிக்கப்பட்ட எடிசன் தன் தாய் தந்த ஊக்கம் - நம்பிக்கையால் ஆயிரக்கணக்கான கண்டுபிடிப்புகளுக்குச் சொந்தக்காரரான வரலாற்றை உன் மனத்திரையில் ஓடவிடு! ஊக்கத்தால் அங்கீகரிக்கப்படும் திறமைகள் விஸ்வரூபம் எடுக்கும். அலட்சியப்படுத்தப்படும் திறமைகள் முடங்கிக் கிடக்கும். உனக்குள் சோகம் படுத்துக் கிடக்கலாம். அதை அடித்து விரட்டு! மாணவிகளின் நல்ல மற்றும் தீய நடவடிக்கைகளுக்குப் பின்னே ஒரு ஆழமான காரணமும் கண்ணீர்த் துளிகளும் காயங்களும் சில நியாயங்களும் உண்டு என்பதை ஒப்புக் கொள்ள மறுத்து உன்னைக் குற்றவாளிக் கூண்டில் ஏற்றி உன் தரப்பு நியாயத்தைக் கேட்க முடியாத செவிடர்களாகத் தானே இருக்கிறோம். உன்னைக் கடக்கும் ஒவ்வொரு நொடியும் உன்னதமானவை. அவற்றை ஊக்கத்தினால் மலரச் செய்!

உள்ளத்தின் ஊக்கம் கலை!
உளியின் ஊக்கம் சிலை!
உனது ஊக்கம்??

இப்படிக்கு
நான்

6

மூன்றாவது கை

இன்று ஏழாவது முறையாக
'பேனாவைத் திருடும் குழந்தையே!
திருடு - இம்முறை இந்த எழுத்தை!
இன்னும் வாழத் தூண்டும் நம்பிக்கைகளை!
இந்த நம்பிக்கைகளை விதைக்கும் பேனாவை!

- மனுஷ்யபுத்திரன்

அன்புள்ள மாணவியே!

உன் சின்ன மனசுக்குள் நம்பிக்கையை என்னால் வளர்க்க முடியும் என்றால் நான் வாழ்வதின் அர்த்தங்கள் மற்றுமொரு தேடலின் பரிமாணங்கள் தானே! கண்டம் விட்டு கண்டம் வரும் பறவைகளின் நம்பிக்கை எது? அதன் சிறகுகள் தானே! இமயம் தொட்ட டென்சிங்கின் மனசுக்குள் இருந்தது இமயத்தை விட உயரமான நம்பிக்கை தானே!

தன்னம்பிக்கையின் உச்சத்தின் முன் உலகின் எல்லா உயரங்களும் துச்சம் என்று டென்சிங்கின் வாழ்வு சொன்ன செய்தியில் உனக்கும் பாடம் உள்ளதல்லவா? நீ முதல் மதிப்பெண் பெற்றால் பேர் சொல்லும் பெண். தேர்வில் தோல்வியோ குறைந்த மதிப்பெண்கள் பெற்றாலோ பேர் கொல்லும் பெண்ணாகி விடுகிறாய். குறைந்த மதிப்பெண்கள் பெற்ற வலி, தோற்ற ரணம், ஏளனப் பேச்சுகள் உதாசீனம், உபதேசம், வசவுகள், அவமானம், இவை எல்லாம் கைகோர்த்து உன்னை வெறுப்புக்கும் விரக்திக்கும் ஒழுக்கக்கேடான செயல்களுக்கும் அழைத்துச் செல்லும். தோள் சேர்த்து உன்னைத் தட்டிக் கொடுத்து நம்பிக்கையும் ஊக்கமும் தராமல் தேள் கொடுக்காய் கொட்டுபவர்கள் உன் நண்பன் என்றால் நட்பை முறிக்கலாம்.

அண்டை வீட்டுக்காரர் எனில் நீ விலகிப் போகலாம். சிலருக்கு பெற்றோர்களும் ஆசிரியர்களுமே அப்படி அமைந்தால் என்ன செய்வது? 'உன் மூஞ்சியைப் பார்க்கப் பிடிக்கலை' என்று திட்டும்

‘கவிஞரே’ என்று என்னை முதன்முதலில் அழைத்த என் எட்டாம் வகுப்புத் தமிழாசிரியை, தமிழ்க் கட்டுரையில் என் கட்டுரைக்கே முதல் மதிப்பெண் வழங்குவார். தமிழ்ச் செய்யுள், இலக்கணப் பகுதியை பிரமாதமாக நடத்துவார். மாதாந்திர தமிழ்த் தேர்வில் இராவணனைப் பற்றிக் கேட்கப்பட்ட கேள்விக்கு ‘இசையிலும், பக்தியிலும் ராமனைவிட இராவணன் சிறந்தவன்' என்ற என் சொந்தக் கருத்தை எழுதிவிட்டேன். கோபம் கொப்பளிக்க என் நோட்டை வீசி எறிந்த அவர் ‘என்ன கம்பராமாயணத்துக்கு புதுசா உரை எழுதறயா? படிக்கிறோம்’ என்ற திமிரா? என்று போட்டுத் தாக்கினார். சொந்தக் கருத்தை கட்டுரையில் எழுதலாம்; கேள்வி பதிலில் எழுதக்கூடாது என்று அன்று தான் தெரிந்துகொண்டேன். அச்சடிக்கப்பட்டதைத் தாண்டி எதுவும் சிந்திக்கவும், எழுதவும் கூடாது என்று உணர்த்திய கல்வித்துறையின் சவுக்கடி அன்று என் மீது! இன்று உங்கள் மீதா?

ஆசிரியரின் முகம் உனக்கும் பார்க்க பிடிக்காமல் இருக்கலாம். அல்லவா? வார்த்தைகளால் ரணப்பட்டுக் கிடக்கும் உன் மனதைக் குணப்படுத்தும் மருந்து ஆறுதல் தானே! உன் தோளில் பிறரை சாய்த்து ஆறுதல் சொல்லும் வல்லமை கொண்ட நீ! நீ சாய்ந்து கொள்ள பிறர் தோள் தேடலாமா? உன் கவலைகளைத் தூக்கி எறி! உன்னை நம்பு! உன் நம்பிக்கைகள் கனவுகள் இலட்சியங்கள் நத்தையின் கூடு மாதிரி இவைகளை நீ இறுதிவரை இறக்கி வைக்காதே! காகம் தன் கூட்டை முட்களால் தான் கட்டுமாம். முட்கூட்டில் வசிக்கும் அதன் லாவகமும் உத்தியும் இன்றைக்கும் என்னை வியப்பில் ஆழ்த்துபவை.

சில மாணவிகள் வீடும் உறவும் காக்கைக் கூட்டினைப் போன்று முட்களால் ஆனதாக இருக்கிறது. அத்தகைய மாணவிகள் கற்கும் ஆர்வமும் திறனும் இன்றி வாட்டத்துடன் இருப்பர். அப்படிப்பட்டவர்களின் உடனடித் தேவை அன்பும் ஆதரவும் என்று உணர்ந்து அரவணைப்பையும் நம்பிக்கையையும் தந்து தேற்றும் போது அழுத மனம், தொழுது நிற்பதை விட நம்பிக்கையால்

எழுந்து நிற்க வைத்த தருணங்கள் எல்லாம் மீண்டும் நான் பிறந்த தருணங்கள்!

உன் இளைய மனம் ஒரு விசித்திரமான குப்பைத் தொட்டி! நீ எதை அதற்குள் போட்டாலும் பெருகும். நல்ல எண்ணங்களை, தன்னம்பிக்கையை அதற்குள் போடு. இல்லையெனில் ஊடகங்கள், சினிமா, இணையம், நண்பர்கள் என்று சுற்றி இருப்பவர்கள் எல்லாம் உன் மனதுக்குள் கண்ட கண்ட குப்பைகளைப் போடுவர். அதற்கு நீ இடம் தராதே! உனக்கு நம்பிக்கை கொடுக்க வேண்டியவர்களே உன் நம்பிக்கையை கெடுப்பது விசித்திரம். உன்னால் படிக்க இயலும் என்று உன்னையே நீ நம்பு. பறவைகள் கூட மரங்களின் கிளைகளை நம்பி அமர்வதில்லை. தன் சிறகுகளை நம்பியே அமர்கிறது. "நம்பிக்கை இல்லாதவர்கள் தான் கிடைத்த வாய்ப்புகளில் எல்லாம் என்ன என்ன இடர்பாடுகள் உள்ளன என்பதைப் பட்டியலிடுவார்கள்" – என்றார் சர்ச்சில். நீ அதை உன் வாழ்வில் உண்மை என்று நிரூபித்து விட்டாய்! எப்படியா? இதோ இப்படித்தான்! 'தமிழோடு தகராறு' செய்கிறாய், ஆங்கிலமோ 'அந்நியமாகி'ப் போனது. கணக்கோடு 'பிணக்குகிறாய்', சரித்திரமோ 'தரித்திரமானது'. அறிவியல் அறுவை இயல், இயற்பியல் 'இயலாத இயல்', வேதியியல், 'வேதனை' இயல், பொருளியல் 'புரியாத இயல்' என்று பாடங்களோடு சிநேகம் பாராட்டுகிறாய். 'முடியும்' என்று நினைத்தால் மட்டும் போதாது. முயற்சியும் நம்பிக்கையும் கை கோர்த்தால் தான் முடியும் என்பது கூட விடியும்.

உன் படிப்புக்கு எவையெல்லாம் தடையோ, அதன் மீதெல்லாம் நம்பிக்கை வைப்பது புத்திசாலிகளுக்கு அழகா? யோசி... தடைகளைத் தாண்டும் வலிமையை உன் கால்களுக்கும், தடைகளை உடைக்கும் வலிமையை உன் தோள்களுக்கும் தருவது தன்னம்பிக்கையின் ஆற்றல் தானே! சாதனையாளர்களின் தன்னம்பிக்கை எழுத்து, பேச்சு, ஓவியம், கவிதை, நடனம், நடிப்பு, கண்டுபிடிப்பு என வெவ்வேறு ரூபங்கள் எடுக்கின்றன. நீ சிறு வயதில் சைக்கிள் ஓட்டக் கற்றுக்கொண்டபோது உன் தந்தை சைக்கிளைப் பிடித்துக் கொண்டு ஓடி வருவார். இப்போதும் உன் சைக்கிளின் (12 ஆம் வகுப்பு) உன் ஒட்டுமொத்த குடும்பம், ஆசிரியர்கள், பள்ளி என ஒரு பட்டாளமே நிற்கிறது. நீயோ பயத்துடன் சைக்கிளில் அமர்ந்தபடி... என்ன ஸ்டார்ட்டிங் பிராப்ளம்... சைக்கிளிலுமா?

இப்படிக்கு

நான்

7

மூல மந்திரம்

குருவிகள் கூட கூடுகள் கட்டும் – அட
குட்டி விதைகளும் பூமியை முட்டும் – நீ
இடிந்து விழுந்தால் தரை தான் கிட்டும் –
எழுந்து பாரு வானமே எட்டும்

நெல்லை ஜெயந்தா

அன்புள்ள மாணவியே

என்ன எழுந்து நிற்கிறாய்? வானம் எட்டுகிறதா என்று பார்க்கவா? ஊக்கம் 1% முயற்சி 99% என்ற விகிதத்தில் சேரும் போதுதான் பெரிய சாதனையாளர்கள் உருவாகிறார்கள்– என்றார் எமர்சன். நீயும் முயற்சித்துப் பாரேன்! தொலைதூர வானம் கூட நீ தொடும் வானமாக வாய்ப்பிருக்கிறது. ' வீழ்ச்சியும் எழுச்சிக்கே' என்ற முத்திரை வாசகத்தை உன் மனதில் பதிவேற்று. தேர்வில் வெற்றி பெற்றால் நீ மட்டுமே காரணம் என்று முரசறைந்து கொண்டாடுகிறாய். தோற்றாலோ "பாடம் புரியவில்லை, படித்த கேள்வி வரவில்லை, ஆசிரியர் நடத்தவில்லை, உடல் நலமின்மை, பெற்றோர் சண்டை, குடும்பவிழா'' என்று காரணங்களை அடுக்குகிறாய். "நான் படிக்கவில்லை. அதனால் தேர்ச்சி பெறவில்லை என்ற உண்மையை எந்த மாணவியும் ஒத்துக் கொண்டதே இல்லை. நேர்மையை கையிலெடுக்க தயங்குவதும் தவறுவதும் எதைச் சுட்டுகிறது? அப்படி ஒரு மாண்புமிகு மாணவியை உருவாக்காதது யார் குற்றம்? என் குற்றமா? உன் குற்றமா? நேர்மையை காந்தியின் சொத்தாக்கி வேடிக்கை காட்டும் சமூக குற்றமா?

இதற்கு விடை சொல்ல விக்கிரமாதித்தன் இனி மேல்தான் பிறந்து வர வேண்டுமா? புலம்பல்கள், நொண்டிச் சாக்குகள் என குற்றப்பத்திரிக்கை நீட்டும் நீ உன் தவறை உணரவோ

அண்ணாமலை பல்கலைக்கழகத்தில் பி.எட். படித்தபோது நடந்த சம்பவம்: முதல்நாள் முதல் வகுப்பு (உளவியல்) விரிவுரையாளரை வரவேற்கும் விதமாக படம் வரைந்து 'வெல்கம்' எழுதி தயாரானது கரும்பலகை. ஒரு மாணவன் எழுந்து **A Man Can Not Ride On Two Horses'** என்று எழுதிவிட்டு வந்தமர்ந்தான். வந்த ஆசிரியர் கரும்பலகையை நோட்டமிட்டு ஆங்கில வாசகத்துக்கு நேராக – **'I Can'** என்று எழுதிவிட்டு வந்து அறிமுக வகுப்பைத் துவக்கினார். யார் எழுதியது என்று கேட்கவும் இல்லை – கோபப்படவும் இல்லை. அதற்குப் பின் அந்த மாணவனே சொன்னான். அவருக்கு 2 மனைவிகள் என்று. வேறு யாராவது அவர் இடத்தில் இருந்திருந்தால் என்னவாயிருக்கும்? அவரின் அணுகுமுறை வகுப்பையும் ஈர்த்தது. அந்த உத்தியை பல சமயம் என் வகுப்பில் என் பாணியில் செயல்படுத்தி உள்ளேன். மொத்த வகுப்பும் படிக்காமல் வந்து அழிச்சாட்டியம் பண்ணும் போது ஒன்றும் திட்டாமல், கோபம் கொள்ளாமல் போர்டில்,

'நீங்கள் ஒதுக்குவது
என்னையோ -
என் பாடத்தையோ அல்ல
உங்கள் வாழ்க்கையை'

என்று எழுதி விட்டு வந்துவிட்டேன். அடுத்த நாள் எல்லோரும் படித்து வந்திருந்தனர். என் ஆசிரியரின் உத்தி, பல நேரங்களில் எனக்கு சக்தியையும், என் மாணவர்களுக்கு புத்தியையும் கொடுத்தது என்றால் பொய்யில்லை!

உண்மையை ஏற்கவோ தயாராக இல்லை. மாசேதுங்கின் 14 ஆண்டு கால இடைவிடாத முயற்சியால் சீனாவில் கம்யூனிஸ்ட் ஆட்சி மலர்ந்தது. அதற்கு அவர் பட்ட பாட்டை மேற்கண்ட முயற்சிகளை இன்னல்களைக் கடந்த இனிமையை விவரித்தால்

எழுத்துக்களுக்கும் கண்ணீர் வரும். விதியை நொந்து வெந்ததைத் தின்று நொந்து கிடப்பவர்களை காலக் காற்று அடித்துச் சென்று விடும். முயற்சியுடன் எழுந்து முனைப்புடன் செயல்படுபவர்கள் வரலாற்றுப் பக்கங்களில் உதாரண புருஷர்களாக வாழ்ந்து கொண்டிருப்பவர்கள்.

முயற்சி இல்லாத மனிதன் ஒரு நடக்கும் பூச்சி – பா. விஜய். ஆனால், பூச்சி கூட வாழ்வதற்காக உழைக்கிறது. முயற்சிக்கிறது என்பது நீ உணர வேண்டிய உண்மை முயற்சிக்காமல், படிக்காமல் விளக்கைத் தேய்த்தால் மதிப்பெண்கள் கொட்ட கல்வி என்ன அலாவுதீன் அற்புத விளக்கா? 'ஜீபூம்பா' எண்ணத்தை விட்டுவிடு. நீ ஒன்றும் முயற்சிக்காதவள் இல்லையே 11 ஆம் வகுப்பு வரை எத்தனை முயற்சிகள் எடுத்து வெற்றி பெற்றிருக்கிறாய். இப்போது மட்டும் ஏன் கலக்கமும், தளர்ச்சியும். இதுதானே வாழ்க்கையின் திசையைத் தீர்மானிக்கும் தருணம். கவனமும், உழைப்பும், முயற்சியும் கூடுதலாக தேவை என்று உனக்கும் தெரியும். ஆனாலும், சோம்பலும், தயக்கமும் எதிர்மறை எண்ணங்களும் உனக்குள் புகுந்து உன்னைக் கவிழ்க்க சதி செய்யும். சதியை கதி கலங்க வைக்கலாம் வா! வர்லாம் வர்லாம் வா! ஒரு அலுவலக வாசலில் வைக்கப்பட்டிருந்த அறிவிப்புப் பலகையில் "இதுவரை நம் அலுவலகத்தில் உங்கள் வளர்ச்சிக்குத் தடையாக இருந்தவர் இறந்துவிட்டார். இறுதி அஞ்சலி செலுத்த வாருங்கள் என்று எழுதப்பட்டு இருந்தது. அஞ்சலி செலுத்த மக்கள் உள்ளே வரிசையில் சென்றனர். அங்கே சவப்பெட்டிக்குள் இருந்த நிலைக் கண்ணாடியில் அவரவர் முகங்கள் தெரிந்தன. அதன் கீழே ஒரு வாசகம் "உங்கள் வளர்ச்சிகளைத் தடுக்கக் கூடிய ஒரே மனிதன் நீங்கள் தான். உங்கள் பலவீனங்கள் செத்துவிட்டன. இன்று புதியதாய்ப் பிறந்து இருக்கிறீர்கள்" என்று எழுதப்பட்டு இருந்தது.

தடைகள் என்னவென்று தெரிந்தால் தானே தாண்டி வரமுடியும். என்றோ நான் வாசித்து கதை கற்பனையாக இருக்கலாம். ஆனால், அதற்கு பின்னால் பாடம் நீ கற்க வேண்டிய பாடம். "இருந்த இடத்தில் இருப்பேன் தானாக வந்தால் வாய் திறந்து தின்பேன் என்று மலைப்பாம்பு இருக்கலாம். மனிதன் இருக்கலாமா? என்று எழுத்தாளர் எஸ். இராமகிருஷ்ணன் சொன்னதை உனக்கு அடிக்கோடிட்டுக் காட்ட விரும்புகிறேன். உன் வளர்ச்சி உன் முயற்சியில் அல்லவா ஒளிந்திருக்கிறது. சிக்கி முக்கிக் கற்களுக்குள் தூங்கிக் கொண்டிருந்த நெருப்பை ஆதி மனிதன் தன் முயற்சியால் கண்டறிந்ததே. உலகின்

முதல் தொழில் நுட்பம். அவன் மட்டும் நெருப்பைக் கண்டறிய முயற்சி எடுக்கவில்லை என்றால் என்னவாயிருக்கும்? தயிர் வடை முதல் தந்தூரி வரை உண்ண முடியாமல் போயிருக்கும். எல்லாக் கண்டுபிடிப்புகளுக்கும் பின்னால் இருப்பது மனித முயற்சியைத் தவிர வேறு எதுவுமில்லை. நீயும் முயற்சிக்கிறாய் எப்படித் தெரியுமா? நண்பர்களின் அன்பைப் பெற, விரும்பும் பொருளைப் பெற, உண்மையை மறைக்க, பொய்யை உண்மையாக்க என்று பல வழிகளில் பெருமுயற்சி எடுக்கிறாய்! படிப்பதில் மட்டும் சிறு முயற்சி காட்டுகிறாய்! உன்னை ஆழக் கடலின் ஆழம் அளக்கச் சொன்னோமா? விரிவானின் எல்லையை அளக்கச் சொல்கிறோமா? அச்சடித்த புத்தகத்தில் உள்ளதைத் தானே படிக்கச் சொல்கிறோம். முடிந்ததையே முடிக்காத நீ, முடியாததை முடித்து எப்படி சாதிக்க இயலும். கவனிக்க மாட்டேன்கிறாய் என்று ஆசிரியர்களிடம் உன்னைப் பற்றி புகார்கள் குவிகின்றது. கேட்பது என்பது காதுகள் சம்பந்தப்பட்டது. கவனிப்பது என்பதில் மனம் ஈடுபாட்டுடன் ஒன்றி செயல்படுவது. இரண்டும் ஒன்று போல தோன்றினாலும் வேறு வேறு.

நீ பாடங்களைக் கேட்கிறாய், பாடல்களைக் கவனிக்கணும். நீயோ பாடல் வரிகளைக் கவனிக்கிறாய், பாட வரிகளைக் கேட்கிறாய். கேட்பது மறக்கும். கவனிப்பது மறக்காது. முரண்பட்டுக் கிடக்கும் உன் கற்றல் திறனை சரி செய்யப் போவது யார்? இதற்கான தேடலை எந்தத் தொலைக்காட்சியும் இன்னும் துவங்கவில்லை. முயற்சியை ஆணியாக நினைத்து உன் காலால் மிதித்தால் அது உன்னை உறுத்தத் தானே செய்யும். முயற்சியை ஏணியாக நினைத்து கால் வைத்து ஏறிச் சென்றால் அது உன்னை உயர்த்தும். ஆணி உறுத்துமா? இல்லை, ஏணி உயர்த்துமா? விடை உனக்கு மட்டுமே தெரியும்.

இப்படிக்கு

நான்

8
தேடல்

நீ – சின்ன விதைதான்
உனக்குள் ஒளிந்து கொண்டிருக்கிறது
பிரம்மாண்டமான மரம் –
உன் வேர்களுக்கு பூமியும் எல்லையில்லை
உன் கிளைகளுக்கு வானமும் எல்லையில்லை

- கவிக்கோ அப்துல்ரகுமான்

அன்புள்ள மாணவியே

எனக்குத் தெரியாது என்று நீங்கள் ஒத்துக் கொள்ளும் போதுதான் தேடல் சாத்தியமாகிறது - இறையன்பு I.A.S

17 வயதுக்குள் எதைத் தேடுகிறாயோ அதுவே பிற்கால வாழ்க்கைக்கு அடித்தளமாகும். தொலைத்ததைத் தேட நிதானம் வேண்டும். புதியதைத் தேட பார்வையில் கூர்மை வேண்டும்.

முல்லா தன் மோதிரத்தை வீட்டுக்குள் தொலைத்துவிட்டார். அதை வீட்டிற்கு வெளியே தேடிக் கொண்டிருந்தார். ஏன் என்று கேட்டவர்க்கு 'இங்குதான் வெளிச்சமாக உள்ளது. அதனால் தான் இங்கு தேடுகிறேன்' என்றார். இதைக் கேட்டதும் உனக்கு சிரிப்பு வருகிறதல்லவா? ஆனால் அதைப் போன்றே உன் தேடலும் இருப்பது கண்டு என்னால் சிரிக்க முடியவில்லை. வீணாக கழித்த நேரத்தை நீ தேர்வு அறைக்குள் தேடுவது அபத்தமானது மட்டுமல்ல; ஆபத்தானதும் கூட என்று அர்த்தம். குழந்தைகளின் தேடல் மகிழ்ச்சியானது. வயதுக்கு ஏற்ப தேடலும் தேடும் பொருளும் மாறுபடுவது இயல்பு தானே. வகுப்பறைக்குள் நண்பர்களையும், கிண்டல்களையும் சந்தானம் வசனங்களையும் தேடித் தேடிப் படிக்கும் நீ படிப்பை எப்போது தேடத் தொடங்குவாய் என்று எனக்குத் தெரியாது. உனக்காவது தெரியுமா?

எவருடைய வாழ்க்கையும் பயனற்றது இல்லை. உன் வாழ்க்கைக்கும் அர்த்தம் உண்டு. அதை நீதான் தேடணும்.

பாலர் பள்ளியில் 5 ஆம் வகுப்புக்கு சோஷியல் சைன்ஸ் அக்பர் பாடம் நடத்திக் கொண்டிருந்தேன். அப்போது ஒரு மாணவி 'அக்பரைப் பற்றி எங்கள் புத்தகத்தில் இல்லாத விஷயங்களை சொல்லுங்கள்' என்றாள். புத்தக எல்லைகளைத் தாண்ட வேண்டும் எனக்கு எல்லைகளை வகுத்த அந்த மாணவி இன்று ஒரு மருத்துவர். பணி நிறைவு பெறும் வரை அவளின் வார்த்தைகளை அடியொற்றி கதை, கவிதை, இலக்கியம், தத்துவம், அரசியல், ஆன்மீகம், உளவியல், கதைகள் என பல்துறை அறிவை வளர்ப்பதை முனைப்புக் காட்டியதின் முன்கதைச் சுருக்கம் இது தான். 'அறிவும், ஆடையும் ஆசிரியருக்கு ஆயுதம்' என்ற என் தந்தை வாக்கை மெய்ப்படுத்துவதற்கான வாய்ப்பை என் மாணவிகள் தான் உருவாக்கித் தந்தார்கள்.

எல்லோருடைய வாழ்க்கையும் ஏதோ ஒரு தேடலை நோக்கி தான் பயணித்துக் கொண்டிருக்கிறது என்பது நெருப்பில் போட்டாலும் எரிந்து போகாத நிஜம். தேடும் பொருளும், தேடு களமும், - வயதும், மாறுபடலாம். ஆனால், தேடல் மாறுவதில்லை. அகத்துக்குள் தேடுபவன் ஞானியாவான். புறத்தில் தேடுபவன் விஞ்ஞானியாவான். உனக்குள் பொதிந்து கிடக்கும் திறன்களை வெளிக் கொண்டு வரும் அறிவுத் தேடல் தான் சாமானியனான உன்னை சாணக்கியன் ஆக்கும். இந்தத் தேடுகளம் தான் உன் இளமை ஆற்றலுக்கான ஆடுகளம். பூச்சிகளில் தேனீக்கும் விலங்குகளில் புலிக்கும் தான் தேடல் குணமும் தீவிரமும் அதிகம் என்று படித்திருக்கிறேன். கூகுள் உலகில் இன்று உலகமே உன் கைகளுக்கு அருகில். உன் விரல் தொட்டால் எல்லாம் துலங்கும் விளங்கும். ஆனால், நீயோ கைகளைக் கட்டியபடி! ஆற்றில் ஆயிரம் மீன்கள் ஓடினாலும், உன் தூண்டிலில் சிக்க வேண்டுமே, தூண்டிலும் புழுவும் இருந்தால் மீன் சிக்குமா? அதற்கான லாவகமும், திறனும் உனக்கு வேண்டுமல்லவா. மீன் பிடிக்கும் வேகம் இருந்தால், வலையோடு விவேகம் இருந்தால் தூண்டிலோடு போ! தூண்டிலோ வலையோ

முக்கியம் இல்லை உனக்கு மீன் பிடிக்கும் ஆர்வம் இருக்கணும். அதுதான் முக்கியம். ஆர்வம் இருந்தால் துண்டைப் போட்டு கூட பிடிக்கலாம். இந்த சம்பவம் உன் படிப்புக்கும் பொருந்தும். தேடல் சுவாரசியமாக, சுகமாக இருக்க நீ தூக்கி சுமக்கும் கவலை குப்பைகளையும், எதிர்கால பயங்களையும் தூக்கி எறி! இல்லை எனில் அவை உன் நிகழ்காலத்தை காவு கேட்கும்.

பூமிக்கடியில் வேர்களின் தேடல் தான் கிளைகளில் பூக்களும் - கனிகளுமாக, தேடலின் பாதைகள் கற்களும், முட்களுமாகத் தான் இருக்கும். தேடலின், தீவிரம் இருப்பவர்களுக்கு முட்களும் புற்களாகவும், மலராகவும் தெரியாவிட்டாலும், குத்தின முள்ளின் வலி தெரியாது. பயணத்தை தொடர்வர் என்பதை உன்னால் ஏற்க இயலாவிட்டாலும் உண்மை அதுதான். உலகில் நீ பயன்படுத்தும் பொருட்கள் எல்லாவற்றுக்கும் பின்னால் யாரோ ஒருவரின் தேடல் முயற்சி உள்ளது என்று நி அறிவாயா? உலகில் நீ யாரோ ஒருவரின் தேடல் முயற்சி உள்ளது நீ அறிவாயா? இந்த பதின்ம வயதில் நல்ல நட்புத் தேடிக்கொள். ராமனின் நட்பு பாராட்டிய விபீசணன் வாழ்ந்தான். துரியோதனுடன் நட்பு கொண்டதால் கர்ணன் வீழ்ந்தான். உன் வளர்ச்சியைக் கெடுக்காத நண்பனைத் தேர்ந்தெடு! அவர்களே உனக்கு ஊக்கமும் உற்சாகமும் தரக் கூடியவர்களாக இருப்பின் நீ அதிஷ்டசாலி. காரல்மார்க்ஸின் நண்பன் ஏங்கலைப் போல உனக்கும் நண்பன் அமைய என்ன தவம் செய்தால், அந்த வரம் உனக்குக் கிடைக்கும் என்று ஆலோசனை சொல்ல எனக்குத் தெரியவில்லை. தவறான பழக்க வழக்கம் உடையவர்கள் நட்பை நீ வளர்த்தால் கூடா நட்பு கேடாய் முடியும் என்பதற்கு உதாரணங்கள் எல்லோர் வாழ்க்கையிலும், வரலாற்றிலும் உண்டு. தீயவர்கள் நட்பைப் போற்றி நீ வரலாற்று உதாரணம் ஆகிவிடாதே. தேடல் வலி மிக்கதாக இருந்தாலும் வாழ்க்கை ஒளி மிகுந்ததாக இருக்கும் அல்லவா? தேடலுக்கு நம்பிக்கை, வைராக்கியம் வேண்டும். தேடல் என்பது வேட்டை அல்ல; வேட்கை என்று நிரூபிக்கப் புறப்பட்டுவிட்டாயா? உன்னை வெற்றித் திலகமிட்டு வாழ்த்த நான் தயார்.

தேடல் வேட்கை உள்ளவனுக்கு
சகலமும் சாத்தியம்
தேடல் உள்ளவரை நீ
ஜெயிப்பது சத்தியம்.

இப்படிக்கு
நான்

9
பச்சைக் கிளிகள் தோளோடு

பேசும் பார் என் கிளி என்றான்
கூண்டைக் காட்டி
வாலில்லை, வீசிப் பறக்க சிறகில்லை
வானம் கைப்பட வழியில்லை
பேசும் இப்போது பேசும் என
மீண்டும் மீண்டும் அவன் சொல்ல
பறவையென்றால் – பறப்பதெனும்
பாடம் முதலில் படியென்றேன்

– கல்யாண்ஜி

அன்புள்ள மாணவியே

கூண்டில் அடைக்கப்பட்ட கிளி 'கீக் கீக்' என கத்தியது. அதன் பாஷை எனக்குப் புரியவில்லை. அது என்ன சொல்ல வருகிறது. எப்படிப் பிடிபட்டது? பழத்துக்குஆசைப்பட்டு மாட்டிக்கொண்டதா? உன் வயதில் எனக்கு கிளியை பிடித்தவன் கெட்டிக்காரனாகத் தெரிந்தான். ஆனால், இப்போதோ விழிப்புணர்வு இல்லாததால், கவனக் குறைவால் கிளி பிடிபட்டதாய் தோன்றுகிறது. விழிப்போடு இரு! இல்லை எனில் சிறைபடுவாய் என்று எச்சரிப்பதாய் உணர்கிறேன். இப்பொழுது கிளிக் கூண்டு தவச்சாலையாகவும் கிளி தவமுனியாகவும் தெரிகிறது. கிளிப்பிள்ளைக்கு சொல்வது போல் சொல்கிறேன்' என்ற பழமொழிக்கு அர்த்தம் என் பதின்ம வயதில் என் பாட்டியிடம் கேட்டேன் அதற்கு அவர் கிளி தன் குஞ்சுகளுக்கு பயிற்சி அளிப்பது போல் வேறு எந்தப் பறவையும் பயிற்சி அளிப்பது இல்லை என்றார். கற்றுத் தருவதில் கிளி தான் முதல் ஆசானோ! பறக்க, கொத்த, தாவ, தத்திச் செல்ல, கத்த, எதிரிகளிடம் தப்பிக்க என கிளி வாழ்க்கைக்குத் தேவையானதைக் கற்பித்த பெற்றோர் கிளிகள். அதற்கு, விழிப்புணர்வைக் கற்றுத் தரவில்லையே. அதை எவரும் கற்றுத் தரமுடியாது. புலன்களின் உணர்வுகள் ஒரே புள்ளியில் குவிக்கப்படுவதே விழிப்புணர்வு. நீயும் கிளி போலத்

> **82% மதிப்பெண்களுடன் +1 வகுப்பு (வரலாறு, அரசியல், அறிவியல், சிறப்புத் தமிழ், பொருளியல்) வந்த மாணவியின் தந்தை என்னைச் சந்தித்து "என் பெண் I.A.S படிக்கணும் இந்த பிரிவில் படித்து 100 க்கு மேல் மதிப்பெண் பெற முடியுமா?" என்றார். அந்த மாணவியின் கண்களில் இலட்சிய வெறி மின்னுவதைக் கண்டு 'இவள் கண்டிப்பாக மார்க் வாங்குவாள்' என்று உறுதி அளித்தேன். பொதுத் தேர்வில் 100 க்கு மேல் மதிப்பெண்கள் பெற்றார். அது வரை அந்த பாடப்பிரிவில் எவரும் பெற்றதில்லை. அவளின் வெறியும், உழைப்பும் அவளை உயர்த்தியது. அந்த பாடப்பிரிவிலும், மதிப்பெண்கள் பெற்று சாதிக்க இயலும் என்று எனக்கு உணர்த்தியவள். அதைத் தொடர்ந்து ஆண்டுதோறும் ஓரிருவர். அந்த குருப்பில் ஆயிரத்தைத் தாண்ட, அந்த மாணவியை முன்னுதாரணமாக்கி வெற்றிக்குத் திரைக்கதை எழுதிய அவள் இன்று கல்லூரியில் விரிவுரையாளர்!**

தான். விழிப்புணர்வு உனக்கு இல்லை எனில் தோல்வி உன்னை சிறைபிடிக்கும் என்று கீச் கீச் என்று உனக்கு சொல்கிறது. வாயேன், கிளிப்பேச்சை கேட்போம்! உன் ஒவ்வொரு செயலிலும் கவனமும் ஈடுபாடும் தீவிரமானால் விழிப்புணர்வு மலரும். உணவு உண்ணும் போது விழிப்புணர்வு இல்லை எனில் வாயில் விழ வேண்டிய உணவு தரையில் அல்லது தட்டில் விழும். ஓட்டப்பந்தயத்துக்கு தயாராக களத்தில் நிற்கின்றாய் என்றால், உன் கவனம் முற்றிலும் ஓடு தளத்தில் இருக்கணுமே தவிர சக போட்டியாளர்கள் மீதோ அல்லது பார்வையாளர்கள் மீதோ அல்ல. நீயும் பந்தயக் களத்தில் தான் நிற்கிறாய். உலகமே உன்னைத் திரும்பிப் பார்க்க வேண்டும், என்றால் நீ யாரையும் திரும்பிப் பார்க்காதே. இது கிளிப் பேச்சல்ல. என் பேச்சு.

"நாம் கண்களைத் திறந்து கொண்டு விழிப்புணர்வுடன் தேடினால் நம்மால் முடியும் சாகசங்களுக்கு எல்லை இல்லை."

நேரு!

உன் கவனத்தைத் திசை திருப்பும் வண்ணம் உணவுப் பொருள் முதல் பொழுது போக்கு அம்சங்கள் வரை குவிந்து கிடக்கின்றன. இதிலிருந்து உன்னை மீட்டெடுத்து உன் கவனத்தைத் திசை திருப்புவது என்பது குதிரைக்குக் கொம்பு முளைத்த கதை தான். அச்சடித்த பாடங்களை உனக்கு கற்றுத் தரலாம். ஆனால், விழிப்புணர்வை எப்படிக் கற்பிப்பது? விளையாட்டோ, படிப்போ, சமையலோ, நடனமோ எந்தக் கலையாக வேலையாக இருந்தாலும் மன ஒருமையுடன் கவனம் பிசகாமல் புலன்களை ஒரு புள்ளியில் குவித்தால் அதுவே விழிப்புணர்வின் வெற்றிப்புள்ளி. இன்றைய மாணவிகள் நிலை என்ன? வகுப்பறைக்குள் பாடத்தை 5% மாணவிகள் கூட ஈடுபாட்டுடன் கவனிப்பதில்லை. விழித்துக் கொண்டு இருக்கிறார்கள். ஆனால், ஈடுபாடு இல்லை. அவர்களின் மனமோ உள்ளூர் தொடங்கி உலகமெல்லாம் சுற்றி வருகிறது. பாஸ்போர்ட் விசா இல்லாமலே இன்று பிரச்சனைகள் இல்லாத மாணவனே இல்லை. உடல்சார்ந்த, உள்ளம் சார்ந்த பிரச்சனைகள் 'நூடுல்ஸ்' போல் சிக்கலாகிக் கிடக்கிறது. அறுத்தெறிந்து வெளியே வரத் தெரியாமல் சிலரும் வெளியே வர விரும்பாமல் சிலரும், வந்து மட்டும் என்ன? என்ற விரக்தியாய் சிலரும், தீர்வு தான் என்ன?

மேலை நாடுகளைப் போல் பள்ளிகளில் மனநல ஆலோசகர் பணியமர்த்த வேண்டிய சூழல் ஏற்பட்டுவிட்டது என்பது வெள்ளியிடை மலை. படி, படி என்று நச்சரிக்கிறார்களே அதற்கான சூழலை உருவாக்கித் தருகிறார்களா? பல வீடுகளில் டி.வி அலறிக் கொண்டே இருக்கும். 'நீ போய் உள்ளே உட்கார்ந்து படி' என்பது தான் பல தாய்மார்களின் பதிலாக உள்ளது. 'சத்தத்திற்கிடையே எப்படி படிப்பது' என்று கேட்டால், 'நாங்க எல்லாம் தெரு விளக்கில் புத்தகத்தை கடன் வாங்கி படித்தோம். ஆனால், உனக்கு எல்லா வசதியையும் செய்து தந்திருக்கிறோம்' என்றதும், ரோஷமாகிப் போன நீயும் 'உங்கள் வறுமையைக் கூட திறமையாக சொல்கிறீர்களா' என்று நீ பாய, அன்றைய படிப்பு என்னவாகி இருக்கும் என்று உனக்கே தெரிந்திருக்கும். உன் தாத்தாவுக்கு ரேடியோ கூட போடத் தெரியாது. உன் தந்தைக்கு கணிப்பொறி இயக்கத் தெரியாது. உனக்கு எல்லாம் இயக்கத் தெரியுமே. இது காலத்தின் கட்டாயம் என்பதை விட காலம் தந்த ஞானம் அல்லவா? 'துஷ்டனைக் கண்டால் தூர விலகு' என்பார்கள் அதுதான் இப்போது உன் வீட்டு ஹாலில் ஜம்மென்று உட்கார்ந்திருக்கிறதே. விழி

இமைக்காமல் அதைப் பார்த்து கொண்டே சாப்பிடுகிறாய். இட்லி அல்லது தோசை சாப்பிட்டோமா என்று தெரியாத அளவுக்கு உன் புலன்களை அதில் தொலைக்கிறாய். இன்னும் சிலர் டி.வி பார்த்துக் கொண்டே படிக்கின்றனர். என்ன படித்தோம் என்று புரியாமலும் என்ன சாப்பிட்டோம் என்று தெரியாமலும் விழிப்புணர்வை மெல்ல மெல்லக் கொன்றுவிட்டு வாழ்வில் முன்னேற்றத்தை எப்படி எதிர்பார்க்க முடியும்? இதனை எழுதிக் கொண்டிருந்த போது பால்கனியில் நான்கு கிளிகள் வந்து க்கீ க்கீ என்று கத்தியது என்ன சொல்கிறது. அதில் ஒன்று மட்டும் கத்தாமல் சிவனின் மூன்றாவது கண்ணின் அக்னிப் பார்வையால் என்னை உற்றுப்பார்த்தது! ஒரு வேளை அந்தக் கிளி நீதானா?

இப்படிக்கு

நான்

10

இனி எல்லாம் நல்ல நேரம்....

திங்கட்கிழமைகள் செவ்வாய்கிழமைகளுடன்
பின்னப்பட்டிருக்கின்றன
வாரமோ முழு வருடத்துடன்
உங்களுடைய சோர்ந்து போன கத்தரிக்கோலால்
காலத்தை வெட்ட முடியாது –
பகலின் பெயர்கள் யாவும்
இரவின் பிரவாகத்தால் அழிக்கப்படுகின்றன.

- பாப்லோ நெரூதா

அன்புள்ள மாணவியே,

'அளக்க முடியாத நேரத்தை நாம் அளக்கிறோம்' *– கலில் கிப்ரான். ஆனானப்பட்ட அம்பானிக்கும் 24 மணி நேரம் தான். அன்றாடங் காய்ச்சிக்கும் அதே 24 மணி நேரம் தான். ஒரு நாளைக்கு 86,400 விநாடிகள். இதில் நீ பயன்படுத்தியது எவ்வளவு? வீணடித்தது எவ்வளவு? நீ யோசித்தது உண்டா? ஒரு வேளை அப்படிச் சிந்தித்துப் பார்க்கத் தெரியவில்லையோ? உன் தந்தை உனக்கு சொத்து சேர்த்து வைக்கலாம். ஆனால், நேரத்தை சேமித்து உனக்கு சீதனமாக தர இயலுமா? இல்லை, கடனாகவாவது தர இயலுமா? நொடி, நொடியாய் நகர்ந்து மணித்துளிகளை விழுங்கி, நாளாகி விடைபெறும் போது உன்னோடு கைகுலுக்கினால் நேரத்தை சரியாகப் பயன்படுத்தியது கொண்டாட்டத்தைக் குறிக்கும். உன்னிடம் கையசைத்துச் சென்றால், அது திண்டாட்டத்தின் குறியீடு என்று உனக்கு அறிவுரை சொல்லவில்லை. என் அனுபவத்தை உன்னோடு பகிர்ந்து கொள்கிறேன்.*

வாழ்வில் வெற்றி பெற்றவர்கள் அனைவரும் நேரத்தை சரியாக முறையாக பயன்படுத்திக் கொள்வதில் மகாராஜாக்களாக

ஏற்றப்பாட்டுக்காரனின் பாட்டுக்கு எதிர்பாட்டு பாடமுடியாமல் கம்பன் வாழ்க்கையில் நடந்த சம்பவம் போல் என் வாழ்விலும் ஒரு ருசிகர சம்பவம் உண்டு. +1 வகுப்புக்கு நல்லொழுக்க பிரிவேளைகளில் நீதிக் கதைகள், கவிதைகள், வாழ்க்கை நெறிகள், நல்ல பண்புகள், அறிவியல் தகவல்கள் என பல்சுவை வகுப்பாக்குவேன். கடைசி பத்து நிமிடம் மாணவர்கள் ஒரு குறிப்பிட்ட தலைப்பில் விவாதிக்கும் நேரம். அப்போது ஒரு மாணவி "எங்களிடம் உங்களுக்குப் பிடித்த விஷயங்கள் என்ன" என்று கேட்டாள். அங்கேயே அமர்ந்து பத்து வரிகள் எழுதினேன். வாசிக்கும் முன் நான் சொன்னேன் "கடைசி வரியை முடிப்பவர்களுக்கு பரிசு" என்றேன். "சரி" என்று ஒப்புக் கொண்டனர். அவர்களிடம் பிடித்ததை சொல்லிக் கொண்டே வந்தேன். கடைசியில் பிடிக்கும்.. பிடிக்கும்.. உங்களுக்கும் என்னைப் பிடிக்கும் என்பதால்... என்று சொல்லி ஈற்றடியை நிறைவு செய்யுங்கள் என்றேன். சட்டென்று எழுந்த ஒரு மாணவி 'எனக்கும் என்னைப் பிடிக்கும்' (நான் நினைத்த வரிகள்) என்று முடித்தாள். வியப்பின் உச்சிக்கு 'விர்ரென்று ஏறினேன் அங்கிருந்து சர்ரென்று சறுக்கி' தலைகுப்புற வீழ்ந்தது நானல்ல! என் கர்வம். 'இன்று வரை அவளால் எப்படி முடிந்தது!' என்று எனக்கு விளங்கவில்லை. சாதாரணமான மாணவர்கள் தான் அசாதாரணமான காரியங்களை நிகழ்த்துகிறார்கள் என்பதைப் புரிந்து கொண்டேன்.

இருந்துள்ளனர். காலத்தை வீணடித்தவர்கள் 'நேரமில்லை' என்று சொல்லும் பிச்சைக்காரர்களாக இருக்கின்றனர். பிச்சைக் கேட்க தகுதி தேவை இல்லை. ஆனால், பிச்சை போட தகுதி வேண்டும். கடந்து போன நேரத்தை உனக்குப் பிச்சையாக போட ஆண்டவனாலும் முடியாது. ஐஸ்கிரீம் உனக்கு மிகவும் பிடிக்கும் தானே! அதை வாங்கி நீ சாப்பிட்டால் கரையும். சாப்பிடாமல் வைத்து கொண்டு

வேடிக்கை பார்த்துக் கொண்டு இருந்தாலும் கரையும். காலமும் அப்படித்தான். பயன்படுத்தினாலும், பயன்படுத்தாவிட்டாலும் கரையும் என்ற பாடத்தை ஐஸ்கிரீம் சொல்லியது ஜில்லென்று இருந்ததா? நேரமில்லை என்று சொல்வது நாகரிகமாகி விட்டது. சுகவாசிகள், சோம்பேறிகள், செல்லாக்காசுகள் தான் இப்படி முரசறைவர். வெற்றியாளர்கள் எவரும் சொல்லி நான் கேட்டதில்லை. உனது பொருளை யாராவது திருடிக் கொண்டால் பதறுகிறாய். ஆனால், உன் விலைமதிப்பற்ற நேரத்தை தொலைக்காட்சியும், நண்பர்களும் திருடிச் செல்வது கூட தெரியாமல் உணராமல் இருப்பது கொடுமைகளிலும் கொடுமை! படிக்காமல் வகுப்புக்குச் சென்று, ஆசிரியர் திட்டுவதற்கு நேரத்தை செலவிடும் போது ஆசிரியரின் நேரம், ஏன் மொத்த வகுப்பின் நேரத்தையும் சேர்த்து அல்லவா திருடுகிறாய்!

முதல்வர் பணி, கருத்தரங்கம், எழுத்துப்பணி என பன்முகம் கொண்ட திரு.ஆயிஷா நடராஜன் அவர்கள் சொன்னதில்லை நேரமில்லை என்று! இயக்குநர் பணி, இலக்கியப் பணி, எழுத்துப் பணி என பலபரிணாமம் கொண்ட இறையன்பு I.A.S சொன்னதில்லை நேரமில்லை என்று. ஆனால், நீ சொல்கிறாய் நேரமில்லை என்று. அதுவும் படிப்பதற்கே நேரமில்லை என்று நீ சொல்லும் போது எனக்கு வருத்தமாகவும் உள்ளது. வேடிக்கையாகவும் உள்ளது. படிப்பதைத் தவிர உனக்கு வேறு வேலை என்ன? ஆட்டுக்குட்டி உறங்கத் தொடங்கும் போது நீயும் உறங்கு. வானம்பாடி விழித்துக் கொள்ளும் போது நீயும் விழித்துக்கொள்' – என்பது ஆங்கிலப் பழமொழி. காலையில் எழுந்திருப்பது, படிப்பது, உண்பது, உறங்குவது, பொழுதுபோக்கு எல்லாம் அன்றாடம் குறித்த நேரத்தில் செய்யப் பழகிக் கொள்.

விடுமுறை என்றால் பத்து மணிக்கு எழுந்திருந்து காலத்தை கடத்துவதும் உன்னை நீயே கொல்வதற்கு சமம். சோம்பல், தயக்கம், தாமதம் இவற்றைத் தவிர்த்தாலே உன் நேரம் பயன் உள்ளதாக இருக்கும். நாளை சாப்பிடலாம் என்றும் நாளை தூங்கலாம் என்று தள்ளி வைக்கிறாயா? இல்லையே! நாளை படிக்கலாம் என்று தானே தள்ளி வைக்கிறாய். இல்லை... இல்லை.. உனக்கு நீயே கொள்ளி வைக்கிறாய். ஆண்டு முழுவதும் ராஜா மாதிரி ஜம்மென்று ஊர்வலம் வந்தால் தேர்வு நேரத்தில் ஆண்டியாக்கி உன்னை அவஸ்தைப்பட வைக்கும் காலம். பயன்படுத்தினால் அது காலம். வீணடித்தால் அதுவே உனக்கு காலன். கடந்து போன நேரத்தை மீட்டெடுக்கும்

கால எந்திரம் இன்னும் கண்டறியப்படவில்லை. இருக்கின்ற நேரத்தை சரியாகப் பயன்படுத்து. கடிகாரத்தை நிறுத்தி வைக்கலாம். ஆனால், காலத்தை? என்ன செய்வாய்! அன்றாடக் கடமைகளை அன்றே செய்யப் பழகு! உன் பெற்றோர் உனக்கு உணவை ஊட்டி விடலாம். ஆனால், மென்று விழுங்க வேண்டியது நீயல்லவா?

வாழ்க்கை என்றுமே நேற்றைய உலகில் பயணம் செய்தது இல்லை – கிப்ரான். காலம் நமக்குத் தருவது இரண்டை! வாய்ப்பு ஒன்று - பயன்படுத்துவது! மற்றொன்று - வீணடிப்பது. நீ எதை தேர்வு செய்கிறாய் என்பதைப் பொறுத்து தான் உன் வருங்காலம் என்று புரிந்து கொள்! உன் வீட்டு முற்றத்தில் காலம் இளமை ஆற்றலுடன் வசீகரிக்கும் ரோஜாவாக பூத்துள்ளது. அதைப் பார்க்காமல், பறிக்காமல், பயன்படுத்தாமல் இருப்பது உன் குற்றம். அதைப் பறித்து சூடிக் கொண்டு பயன்படுத்தினால் நான் உனக்கு சுற்றம். அதுமட்டுமல்ல; உலகமே உன்னைச் சுற்றும்.

இப்படிக்கு

நான்

11

விருப்பம் தரும் திருப்பம்

துல்லிய நீர்ப்பரப்பில்
துறவி போல் வந்தமர்ந்து
மெல்லிய தன் உடலை
மேற்பரப்பில் பிரதியாக்கி
தண்ணீரில் தவம் செய்யும்
பார்ப்பதற்குப் பரவசம் தான்
மீனுக்குத் தானே தெரியும்
கொக்கின் குரூரம்

– எஸ்.ஆர். இராஜாராம்

அன்புள்ள மாணவியே!

என்னையும் கொக்காகப் பாவித்து மீன்போல் நழுவி ஓடுகிறாயா? *'அத்தனைக்கும் ஆசைப்படுங்கள்'* என ஜக்கி வாசுதேவ் புத்தகம் என்று நினைக்கிறாயா? இது புத்தகத் தலைப்பு மட்டுமல்ல; அலெக்சாண்டரின் புகழ்மிக்க வாசகம் அல்லவா அது. 'ஆசைப்படாதே' என்பது துறவு நெறி! 'ஆசைப்படு, ஆசைப்பட்டால் தான் கிட்டும்' என்பது ஆழ்மன விதி. உயிரியியல் விஞ்ஞானமும் இதை ஆமோதிக்கிறது. ஒரு செல்லுக்கு இரண்டாகப் பிரியும் ஆசை மட்டும் இல்லை எனில் நீயும் இல்லை நானும் இல்லை. ஆக, நமது அடிப்படையே ஆசையும், போராட்டமும் தான். இப்போது உனக்குப் புரிந்திருக்கும் என்று நம்புகிறேன். நீ எதை அடைய ஆசைப்படுகிறாய் என்பது தான் பிரச்சனையே, உன் ஆசை என்ன தெரியுமா? 2 நிமிட உணவு மாதிரி படிக்காமல் அதிக மதிப்பெண்களுடன் தேர்ச்சி பெறணும் என்பது தானே. ஆனால்,

எப்போதும் சோகத்துடன் முகத்தில் சின்னச் சிரிப்பும் இன்றி - படிப்பில் நாட்டம் இன்றி 20/200 - 30/200 மதிப்பெண்களுடன் என் வகுப்பில் XII ஒரு மாணவி இருந்தாள். எல்லா பாட ஆசிரியர்களும் வகுப்பாசிரியையும் என்னிடம் புலம்பித் தீர்த்தனர். அவளுக்குத் தண்டனை தருவதும், வெளியில் நிற்க வைப்பதும் தொடர்ந்தன. எல்லா ஆசிரியர்களும் அவளிடம் பேசிப் பார்த்தும் என்னால் அவள் பிரச்சனை என்னவென்று கண்டுபிடிக்க இயலவில்லை. என்னவாக இருக்கும் என்று எனக்கு மண்டை காய்ந்தது. ஒரு நாள் உணவு இடைவேளையின் போது வகுப்புக்குச் சென்றேன். அவள் மட்டும் வகுப்பில் இருந்தாள், “சாப்பிட்டாயா?” என்றேன். “இல்லை” என்றாள். “ஏன்?” என்றேன் “சாப்பாடு இல்லை” என்றாள். உடனே நான் ஆளை அனுப்பி உணவு வாங்கி, வந்து அவளிடம் தரச் சொன்னேன்.

அடுத்த நாள் காலை ஆசிரியர் அறைக்கு என்னைப் பார்க்க வந்தாள். “நன்றி” என்றாள். மேலும் சொன்னாள் “இரவோடு இரவுதான் எனக்கு உணவு கிட்டும். என் அம்மா கூலித் தொழிலாளி, தந்தை இல்லை” என்றும் "சாப்பிட முடியாததால் என்னால் படிக்க முடியவில்லை" என்ற உண்மையைச் சொன்னபோது பாரதியின் கோபம் என் விழிகளிலும், தெரசாவின் ஈரம் என்னிதயத்திலும் குடியேறியது. அடுத்த நாள் முதல் வீட்டிலிருந்து அவளுக்கும் சேர்த்து உணவு எடுத்துச் செல்வேன். சில சமயம் வாங்கியும் தருவேன். ஓரிரு மாதங்களில் அனைத்து தேர்விலும், வெற்றி பெற்றாள். +2 வில் 65% மதிப்பெண் பெற்று கல்லூரிக்குச் சென்றாள். உணவு தான் அவள் பிரச்சனை தீர்ந்ததும், அவள் படித்தாள். வெறும் அறிவுரையோ நம்பிக்கை வார்த்தைகளோ இதற்கு ஒத்து வருமா? இது சரிப்படாது என்று ஆசிரியர்கள் வரிந்து கட்டலாம். நான் கடைபிடித்ததைச் சொன்னேன். எவரையும் பின்பற்றச் சொல்லவில்லை. வழியே இல்லை என்று எல்லாரும் தீர்மானித்த போது ‘இந்த வழியில் போய் பார்க்கலாம் என்று நான் முடிவெடுத்த வழி எனக்கு வெற்றியைத்தான் தந்தது என்பதைவிட ஒரு மாணவிக்கு வாழ்வளித்தது என்பது என்னை சொர்க்கத்தில் இறக்கிவிட்டது.

உண்மை வேறுமாதிரி அல்லவா இருக்கிறது. கஷ்டப்பட்டு, துன்பப்பட்டு, சோகப்பட்டு, சொல்லிழுக்குப்பட்டு அல்லவா படிக்க வேண்டி உள்ளது என்று முணுமுணுப்பது என் காதில் விழுகிறது.

'மக்கள் ஆசைப்படக் கூடாது' என்று – புத்தன் ஆசைப்பட்டான் என்றான் ஒரு புதுக்கவிஞன். 4 கோடி வேண்டும் என்று நீ ஆசைப்படலாம். ஆனால், 4 கைகள் வேண்டும் என்று நிச்சயமாக ஆசைப்படமாட்டாய். சில சமயம் நியாயமான ஆசைகளுக்கும், தேவைகளுக்கும் கூட நீ போராடித்தான் பெறுகிறாய். போர்க்குணம் போற்றுதலுக்குரியது தான். வேட்கையையும், விருப்பத்தையும், போராட்ட குணத்தையும் உன் கல்வியை நோக்கித் திருப்பினால் எனக்கு மகிழ்ச்சிதான். என்ன எங்கு சுற்றினாலும் கடைசியில் படிப்பையே மையப்படுத்துகிறேன் என்று தோன்றுகிறதா? என்ன செய்வது! உலகம் உருண்டைதானே. பழக்க தோஷம். உன்னைப் பார்த்தால் என்னிதயம் கூட 'லப்டப்' என்று துடிப்பதற்குப் பதிலாக 'படி படி' என்றே துடிக்கிறது. மழை பெய்தால் பறவைகள் எல்லாம் கூட்டுக்குள் அடைக்கலமாகும். ஆனால், கழுகு மட்டும் மழை மேகத்தைத் தாண்டிப் பறந்துகொண்டு இருக்கும். ஏனெனில், அது பறக்க ஆசைப்படுகிறது. அதற்குத் தடையாக இருக்கும் மழையை சிறகால் கடக்கிறது. அப்படி உனக்கு தீவிரமான ஆசை உண்டா? அப்படி இருந்திருந்தால் படி, படி என்று உன்னை நச்சரிக்கும் தேவை யாருக்கும் இருக்காது. உன் கற்கும் ஆசையைத் தீவிரமாக்கு!

நம் முன்னாள் பிரதமர் திருமதி. இந்திராகாந்தி அவர்கள் சிறுமியாக இருந்தபோது பார்லிமெண்ட் வைத்து விளையாடுவாராம் என்று படித்திருக்கிறேன். அவரின் இளைய வயது தீவிரமான ஆசைதான் அவரை திறமையும், துணிவும் மிக்க பிரதமராக்கி அழகு பார்த்தது. குழந்தைப் பருவம் என்பது எதுவும் அறியாத பருவம். ஆனால், அந்த வயதில் எதை முன்னெடுக்கிறோமோ அதுவே பிற்கால வாழ்வாகிறது. ஆச்சரியம் நிறைந்த உண்மை. வயதுக்கு ஏற்ப ஆசைகள் மாறும். 5 வயதில் பொம்மைக்கு ஆசைப்படும் குழந்தை 50 வயதில் அந்தப் பொம்மைக்கு ஆசைப்படுமா? உருவங்கள் மாறும், பருவங்கள் மாறும், ஆசைகளும் மாறும் என்பது தான் யதார்த்தம்.

ஆசைப்படுபவனே அரைமனிதனாகவும், பேராசைப்படுபவன் மாமனிதனாகவும் பார்க்கும் விசித்திர உலகில் தான் நாம் வசிக்கிறோம். தேர்வு நேரம் உன் கண்கள் அடுத்தவர் விடைக்கு

ஆசைப்படுவது தவறான ஆசையல்லவா? உன் தவற்றுக்கு கூட உன்னை மன்னிக்கலாம். ஆனால், கண்காணிப்பாளரே வாட்ஸ் அப்பில் விடைகளைப் பகிர்ந்து உதவுவது என்பது மன்னிக்கக் கூடியதா? நேர்மை சின்னாபின்னமாகிக் கிடப்பது அவமானம் அல்லவா?

நேர்மையும், எளிமையும் காந்திக்கு மட்டும் சொந்தமான சொத்தாக்கி மகிழ்வது சத்திய சோதனை எழுதியவரின் சத்தியத்துக்கு வந்த சோதனையா? சுதந்திர இந்தியாவில் இது தான் சாதனையா? நெஞ்சு பொறுக்குதில்லையே' இதைத் தான் பாரதி அன்றே தீர்க்கதரிசனமாய் உரைத்தானோ! ஆசை பாவமோ குற்றமோ அல்ல! ஆனால், எதற்கு ஆசைப்படுகிறாய் என்பதைப் பொறுத்துதான். கஷ்டப்படுவதற்கு இஷ்டப்பட்டால் எதிர்காலத்தில் கஷ்டம் இல்லை. இல்லையெனில் நீ நஷ்டப்படுவதைத் தவிர்க்க முடியாது. இது ஒன்றும் வானிலை அறிக்கை அல்ல பொய்த்துப் போக. வாழ்ந்தவர்களின் அனுபவ அறிக்கை.

ஒருவன் பூனை கட்டும் கயிற்றில் யானையைக் கட்டி வைத்திருந்தான். எப்படி அது சாத்தியம் என்று கேட்டதற்கு யானை சிறு குட்டியாக இருந்த போது பூனை கட்டும் கயிற்றில் கட்டி வைத்தேன். அப்போது அதனால் அந்தக் கயிற்றை அறுக்கமுடியவில்லை. அதற்குப் பின்பும் அது கயிற்றை அறுக்க ஆசைப்படவே இல்லை அறுக்க முடியாது என்றும் நம்பியது. எனவே, பெரிய யானையாக வளர்ந்த பிறகும் அதே கயிற்றால் கட்டினேன் என்றான். நீயும் அப்படியா? உன் மனதுக்கு அளவற்ற சக்தி உண்டு. உன் விருப்பத்தை அதனிடம் சொல்! அது உனக்கு விருப்பம் நிறைவேற்றும் உத்திகளை உனக்கு வழங்கும் என்பது உளவியல் உண்மை.

நீ ஆசைப்பட்டதை
உன் கைகளிலிருந்து பிடுங்கிக் கொண்டு
நீ ஆசைப்படாததை
உன் கைகளில் திணித்து –
சந்தோஷமாய் இரு! என்று
சொல்லி சிரிக்கிறது – வாழ்க்கை
வாழ்க்கை உன்னை
வாழ்த்துகிறதா? சபிக்கிறதா?

இப்படிக்கு
நான்

12

நல்ல பழக்கவழக்கங்கள்

தோட்ட வேலை செய்யும் அப்பாவுக்கு மகனின் தீய பழக்கங்கள் குறித்து கவலைப்பட்டு தவிர்த்து விடச் சொன்னார். மகன் 'இந்த வயதில் இதெல்லாம் சகஜம். வயதானால் பழக்கம் விலகும்' என்றான். அப்பா தோட்டத்தில் இருந்த சிறிய செடியைக் காட்டி பிடுங்கச் சொன்னார். பையன் சுலபமாக பிடுங்கினான். சற்று வளர்ந்த பின் பிடுங்கச் சொன்னார். சற்று சிரமப்பட்டுப் பிடுங்கினான். நன்கு வளர்ந்த மரத்தைக் காட்டி பிடுங்கச் சொன்னார். பிடுங்க முடியாமல் திணறினான். அப்பா சொன்னார் ”பழக்கங்களும் இப்படித்தான். வளர்ந்தால் மாற்றமுடியாது’ சிறியதாய் இருக்கையில் அகற்றுவது சுலபம்” என்றார்.

- மரபின் மைந்தன் முத்தையா

அன்புள்ள மாணவியே

தோட்டக்காரரர் மகனுக்குப் புரிந்தது உனக்கும் புரிந்திருக்கும் என்று நம்புகிறேன். ‘தொட்டில் பழக்கம் சுடுகாடு மட்டும்’ ‘பழமொழியை உன் பாட்டி சொல்லிக் கேட்டிருக்கலாம். சிறிய வயதில் உன்னிடம் கெட்ட பழக்க வழக்கங்களைக் காண்பவர்கள் 'எப்படி வளர்த்து இருக்கிறார்கள் பிள்ளையை' என்று உன் பெற்றோர்களையும், 'என்ன சொல்லிக் கொடுத்தார்கள் பள்ளியில்' – என்று ஆசிரியர்களையும் குற்றவாளிக் கூண்டில் ஏற்றும் சமூகம். நல்ல கல்விக்கு ஆசிரியர், நல்ல பழக்க வழக்கங்களுக்கு தாய் என்ற வழக்கு மொழியை நீ கேட்டதில்லையா? பத்து வயதில் தொடங்கிய வாசிக்கும் பழக்கத்தை இன்று வரை என்னால் விட முடியவில்லை. விட விரும்பவும் இல்லை. என் தந்தையைப் பார்த்து நான் மேற்கொண்ட பழக்கம் இது. 'நீ படி' என்று அவர் சொன்னதில்லை. அவர் செய்தார் அதைப் பார்த்து நானும் செய்தேன். உலக எழுத்தாளர்கள் தொடங்கி உள்ளூர் எழுத்தாளர்கள் வரை

“எங்க அக்காவிற்கு படிக்க ஆசை. ஆனால், அம்மா கல்யாணம் பண்ண போறேன் என்கிறார்கள். அதனால் அழுது கொண்டு படிக்காமல் இருக்கிறாள்ள” ன்றாள். மாணவியும் அதை ஆமோதிக்க அம்மாவை அழைத்து வரச் சொன்னேன். “இவள் வீட்டில் அழுது கொண்டே இருக்கிறாள். படிக்கவும் மாட்டேங்கிறாள். அதனால் என் தம்பிக்கு கல்யாணம் செய்து வைக்கலாம் என்றிருக்கிறேன்” என்றார். “அவள் படிக்காமல் இருப்பதற்கு காரணம் நீங்கள் தான். கல்யாணம் பண்ணறேன்னு நீங்கள் சொன்னது தான்.” “அவள் படிச்சா நான் ஏன் அப்படி செய்யப் போறேன்!” “சரி அவள் 1000 க்கு மேல் மார்க் வாங்கினால் என்ன செய்வீர்கள்?” என்றேன். “நிச்சயம் படிக்க வைப்பேன். கல்யாணம் பண்ண மாட்டேன்” என்றார். மாணவியிடம் சொன்னேன் "நீ 1000 க்கு மேல் மார்க் வாங்கினால் மட்டும் தான் உன் அப்பா அவர் முடிவை மாற்றுவார். இனி முடிவு உன் கையில்” என்றேன். அடுத்த தேர்வில் 500 மார்க்குகள் பெற்றாள். பொதுத் தேர்வில் 1000 க்கு மேல் மார்க் வாங்கி BCA கல்லூரியில் சேர்ந்தார். அவரின் அம்மாவுக்கு தாங்க முடியாத சந்தோஷம். வேண்டும் என்பது மட்டும் ஊக்க சக்தி அல்ல. வேண்டாம் என்பதும் கூட ஊக்க சக்திதான் என்பதை நான் தெரிந்து கொண்டேன். கல்யாணம் வேண்டாம் என்ற முடிவு தான் அவளை உந்தித் தள்ளி உயர்த்தியதோ.

என் தேடல் வாசிக்கும் பழக்கம் வேரூன்றிக் கிளைத்துக் கிடப்பது என் தந்தையால் தான். இது மட்டுமா? காலை எழுதல், தியானம், உடனுக்குடன் செயல்களை முடித்தல், நேர மேலாண்மை, நேர்மை, வாக்கு தவறாமை, பொறாமையின்மை, சொல்லும் செயலும் ஒரே நேர்கோட்டில் இருத்தல், நம்பிக்கை, நேர்மை எண்ணம்,

அடுத்தவர்களுக்குத் தீங்கு நினைக்காமல் இருத்தல் போன்ற குணங்கள் என் தந்தையிடம் நான் பிரதி எடுத்தவை. இதை எல்லாம் அவர் கைபிடித்துக் கற்றுத் தரவில்லை. அவர் வாழ்ந்து காட்டினார். நான் சுயமாக கற்றுக் கொண்டேன். வாழ்க்கை என்னவென்று வார்த்தைகளால் விவரிக்க இயலாது. வாழ்ந்து காட்டினால் தான் புரியும். என் தந்தை வாழ்ந்து காட்டினார். நானும் அப்படியே வாழ்ந்து கொண்டிருக்கிறேன். சொல்லிக் கொடுப்பது என்பது வேறு. கற்றுக் கொடுப்பது என்பது வேறு. சொல்லிக் கொடுப்பது மறக்கும். கற்றுக் கொள்வது மறக்காது. பேச, நடக்க, எழுத, கற்றுக் கொண்டாய் உன் சுய முயற்சியால் இவைகளை மறந்து விட்டேன் என்று சொல்வாயா? எனக்கு நடக்க மறந்து விட்டது என்று யார் சொல்லியும் நான் கேட்டதில்லை. நீ சிரமப்பட்டுக் கற்பது எதுவும் உனக்கு மறக்காது.

பாடங்கள் ஏன் மறக்கின்றன என்று கேட்கின்றாயா? பாடங்கள் சொல்லிக் கொடுக்கப்படுகின்றன. அதனால் தான் மறக்கின்றதோ? இதற்கு ஒரு மண்ணும் தெரியாது என்று பல பெற்றோர்கள் புலம்பக் கேட்டிருக்கிறேன். நீ களிமண்ணாக இருந்தால் உன்னை வேண்டிய வடிவங்களில் வார்த்தெடுக்க முடியும் என்ற உண்மையை உணர்ந்திருந்தால், புலம்பாமல் உன்னை வார்த்தெடுக்க கவனத்தை திருப்புவார்கள். "ஒழுக்கம் உயிரினும் மேலானது வள்ளுவன் அடிக்கோடிட்டது இன்று கேலிப் பொருளாகிவிட்டது. இரவு 12 மணிவரை தொலைக்காட்சி பார்ப்பது, காலை 8 மணிக்கு எழுந்து அவசரம் அவசரமாக தலைதெறிக்க ஓடுவது. பெற்றோர்கள் கேட்டால் ஏன் என்னைப் பெத்தீர்கள் என்பது, ஆசிரியரிடமும் மரியாதைக் குறைவாய் பேசுவது. பின்னால் சென்று விமர்சிப்பது என தடம் புரண்ட இரயில் மாதிரி தாறுமாறாக ஓடி கவிழ்ந்து கிடக்கிறாய். காலையில் கண் விழிக்காத பறவைகளை, விலங்குகளை உன்னால் காட்ட இயலுமா? 8 மணிக்கு எழுந்திருக்கும் காக்கைகளை, 10 மணிக்கு எழுந்திருக்கும் குரங்கு காட்டேன் பார்ப்போம்.

சிலர் பொய் சொல்வது, அவதூறு பேசுவது, பொறாமைப் படுவது, எதற்கெடுத்தாலும் சண்டைக் கோழியாய் சிலுப்புவது என்ற கெட்ட குணங்களை போற்றி வளர்த்தால் அது கெட்ட பழக்கத்துக்கு சிவப்புக் கம்பளம் விரித்திடும். அன்றாடம் ஒரு செயலை குறித்த நேரத்தில் செய்யப் பழகினால் அதுவே, பழக்கமாகி விடும். சிலருக்கு காலையில் காபி, டீ, சிலருக்கு பேப்பர், சிலருக்கு டிவி

இப்படி சில பழக்கங்கள் நம்மைப் பிடித்துக் கொள்ளும். நாமே விரும்பினாலும் அது நம்மை விடாது. காலை அல்லது தொடைகளை ஆட்டிக் கொண்டு நீ படிப்பதைப் பார்க்கும் போது என் பாட்டியின் வார்த்தைகள் எனக்குள் வந்து போகும். அவர் 'தரித்திரம்' என்பார். சுமார் 40 ஆண்டாக அதற்கான உண்மையான காரணம் தெரியாமல் என்னுள் வினாவாகவே தங்கி விட்டது. இரண்டு ஆண்டுகளுக்கு முன் நாகூர் ரூமியின் புத்தகம் அதற்கான விடையைத் தந்தது. ஒருவன் பெரிய விஷயங்களில், பிரச்சனைகளில் எப்படி நடந்து கொள்வான் என்பதை வெளிப்படுத்துகின்ற சின்னச் சின்ன விஷயங்கள் அவனிடம் இருக்கும். அதுதான் வண்ணத்துப்பூச்சி விளைவு என்று அழைக்கப்படுகிறது. ஒரு சின்ன அசைவு நம்மை யாரென்று நிரூபிப்பதாக அமையும். அவர் கொடுத்த பல உதாரணங்களில் ஒன்று தொடைகளை ஆட்டிக் கொண்டு இருப்பது. அதற்குப் பின் இந்தப் பழக்கம் உள்ளவர்களை உற்று நோக்கினேன். அவர்கள் எந்த செயலையும் உருப்படியாக செய்யாதவர்களாக பணத்தை வீண் விரயம் செய்பவர்களாக இருந்தனர். பாட்டி சொன்னது அறிவியல் என்று அறிந்த போது மிரண்டு போனேன்.

நம் முன்னோர்கள் பட்டம் பெறவில்லை. ஆனால், அவர்களுக்கு முன் நாம் அஞ்ஞானியாக நிற்கும் போது அவமானம் ஏற்படவில்லை பெருமிதமாக உள்ளது. நல்ல பழக்கங்களைக் கடைபிடி. கெட்ட பழக்கங்களை விரட்டு, பழக்கங்களுக்கு நீ எஜமான் ஆக இரு! பழக்கங்களை உனக்கு எஜமான் ஆக்கி விடாதே!

இப்படிக்கு

நான்

13

படிப்பில் 9 - சிறக்க படித்துச் சிறக்க....

வரம் கொடுக்கும் தேவதைகள்
வந்த போது தூங்கினேன்
வந்த போது தூங்கிவிட்டு
வாழ்க்கை எல்லாம் ஏங்கினேன்.

மு. மேத்தா

அன்புள்ள மாணவியே

எதிர் வரும் காலங்களில் நீ இப்படி வருந்தக்கூடாது என்று தான் இத்தனை தூரம் சொல்கிறேன். இந்த வரிகளுக்குள் எத்தனை சோகம் சுருண்டு படுத்துக் கிடக்கிறது தெரியுமா? எனக்கு மிகவும் பிடித்தமான வரிகள் நான் மேடையேறும் போதெல்லாம் இந்த வரிகளையும் கை பிடித்து அழைத்துச் செல்வேன். வாழ்க்கைக்கு உதவ கல்வியை கற்றுத் தரலாம். ஆனால், வாழ்க்கையை கற்றுத் தர முடியாது வாழ்ந்து தான் கற்றுக் கொள்ள வேண்டும். படிப்பதற்கான உத்திகளை நான் தரலாம். ஆனால், நீ தானே படிக்கணும். தர்மம் வெல்வதற்கு புத்திசாலித் தனத்தை விட உத்திசாலித்தனமே தேவை என்பதை கிருஷ்ண பரமாத்மா மகாபாரதத்தில் உணர்த்தியது. பாண்டவர்களுக்கு மட்டுமல்ல உனக்கும் தான். இந்த உத்திகளை நீ கடைபிடித்தால் வென்ற புத்திசாலி ஆவாய். இல்லை, எனில் கையருகில் வந்த வாய்ப்பை நழுவ விட்ட ஏமாளி ஆவாய். நீ புத்திசாலி என்று நினைத்து உத்திகளைப் பட்டியலிடுகிறேன்.

1. எப்போதும் நீ அமர்ந்து படிக்கும் திசை கிழக்கு அல்லது வடக்கு
2. நீ அமர்ந்து படிக்கின்ற இடத்தை அடிக்கடி மாற்ற வேண்டாம்
3. கூடிய வரைக்கும் தரையில் அமர்ந்து படிப்பது நல்லது
4. மெத்தை, படுக்கை, கட்டில் இவற்றில் அமர்ந்து படிக்க வேண்டாம்

‘தாயுமானவன்’ பாலகுமாரனின் கதை அல்ல! நிஜ வாழ்க்கையிலும் அப்படிப்பட்ட தந்தையை, மனிதரை நான் பார்த்திருக்கிறேன். நீங்கள் பார்த்ததுண்டா? தனியார் நிறுவன டிரைவர் அவர், மனைவியோ காவலராக வெளியூரில் பணியாற்றுகிறவர். இவர்களுக்கு 2 பெண் குழந்தைகள். என் தங்கையிடம் (LKG, முதல் வகுப்பு) படித்தார்கள். குழந்தைகளுக்கு சாப்பாடு குளியல், பள்ளிக்கு அழைத்துச் செல்வது, படிப்பு என சகலமும் அவர் தான். “உங்க பெண் எழுத மாட்டேன் என்று அழுகிறாள். என் தங்கை சொன்னாள்”. “உங்க வாயால அப்படி சொல்லாதீங்க. அவள் எழுதுவாள் என்று சொல்லுங்கள்” என்பார். அவரின் நம்பிக்கையும், நேர்மறை எண்ணமும் தான் முகம் சுளித்து, மனம் சலித்து ஒரு வார்த்தை கூட அவர் சொன்னதில்லை. பள்ளியின் பெற்றோர் தினவிழாவில் வந்து பள்ளி ஆயாக்களை தன் செலவில் கௌரவித்து மகிழ்வார். ஒரு தாயை விட சிறப்பாக ஒரு தகப்பனும் வளர்க்க முடியும் என்று வாழ்ந்து வரும் அவரைப் பார்க்கும் போதெல்லாம் வணங்கத் தோன்றும். ‘அபியும் நானும்’ அப்பா வை ‘கிளீன் போல்ட்’ ஆக்கி விடுவார். நமக்கு அடுத்த தெருவில் வாழும் தாயும் தந்தையுமாக வாழ்ந்து வரும் மனிதனைக் கொண்டாடத் தெரியாத நாம் தான் ஒரு கல்லறையை உலக அதிசயமாக்கிக் கொண்டாடி மகிழ்கிறோம். சாதாரணமான மனிதர்கள் தான் வாழ்வின் மிகப்பெரிய மதிப்பீடுகளைக் கற்று தருகிறார்கள் என்ற உண்மையை நான் கற்றுக் கொண்டேன்!

5. *நாற்காலி, சோபாவில் அமர்ந்து படிக்கலாம்.*

6. *காலையில் படிப்பது சிறந்தது என்பது பொது விதி. ஆனால், சில மாணவர்கள் இரவில் படித்தால் தான் நன்கு பதிகிறது என்று சொல்லி இருக்கிறார்கள். எனவே, உனக்கு எந்த நேரம் வசதியாக உள்ளதோ அந்த நேரத்தையே தெரிவு செய்து படிக்கவும்.*

7. தினமும் பிரபஞ்ச வெளியில் (மொட்டைமாடி, தோட்டம், பால்கனி, மரத்தடி) ஒரு மணி நேரமாவது படிக்கவும்.

8. ஒரு நாளைக்கு 6 மணிநேரம் (காலை 3 மணி நேரம், மாலை 3 மணி நேரம்) படிக்கவும்.

9. படிக்கின்ற ஒவ்வொரு அரைமணி நேரத்துக்கும் 5 நிமிடம் ஓய்வெடுக்கவும். நீர் அருந்தவும்.

10. குழுவாக அமர்ந்து படிக்கும் போது முக்கோண வடிவில் (3 பேர்) அமர்ந்து படிக்கவும்.

11. படிக்க அமரும் போதெல்லாம் இந்த பாடம் (அ) பதில் எனக்கு மனதில் நன்றாக பதிகிறது என்று 5 முறை சொல்லிவிட்டு படிக்கவும்.

12. மனதில் கோபம், வெறுப்பு, சண்டை, சச்சரவு போன்ற பிரச்சனைகளுடன் படிக்காமல், மனதை அமைதியுடன், ஒருமுகப்படுத்தி அமைதியான சூழலில் படிக்கவும்.

13. இரவு அதிக நேரம் கண்விழித்துப் படிப்பது உகந்ததல்ல.

14. ‘நுனிப்புல் மேயாதே’ சுலபமான பகுதி என்று அலட்சியம் காட்டாதே. கடினமான பகுதிகளை திரும்பத் திரும்ப படி.

15. விதிகளைப் புரிந்து படிக்கவும், எழுதிப் பார்க்கவும், பார்முலாக்கள், ஈக்வேஷன்ஸ் எழுதிப் பார்க்கவும்.

16. வரைபடங்கள் மேப் வரைந்து பார்த்துப் படிக்கவும் (பொருளியல் வரலாறு)

17. புத்தகக் கணக்குகள் எல்லாவற்றையும் போட்டுப் பார்க்கவும்.

18. அன்றாடப் பாடங்களைப் படிப்பது நல்ல பழக்கம் மட்டுமல்ல தேர்வு நேரப் பதட்டத்தையும், பயத்தையும் குறைக்கும்.

19. ‘ஜங்க்’ புட் தவிர்க்கவும். காலை நேர உணவு இட்லியாக இருப்பின் மிகவும் நல்லது, மசாலா, குருமா காலையில் தவிர்க்கவும். சத்துமாவு கஞ்சி மிகவும் நல்லது.

20. ஃபுல்லாக சாப்பிட்டால் உடனே படிக்காதே. ஒரு அரைமணி நேரம் கழித்து படிக்கவும்.

21. படிக்கின்ற இடம் வெளிச்சம், காற்றுடன் இருக்கணும்

22. 'ஒவ்வொரு நாளும் ஒவ்வொரு வகையிலும் மேலும் மேலும் நான் சிறப்படைந்து கொண்டே வருகிறேன்.' பிரான்க உளவியல் அறிஞர் எமிலிகூ கூறிய இந்த வாசகத்தை நிதம் எத்தனை முறை சொல்ல முடியுமோ அத்தனை முறை சொல்லவும்.

23. காலையில் எழுந்திருக்க வேண்டும் என்றால் இரவு உறங்கப் போகும் முன் 'நான் காலையில் 4 மணிக்கு எழுந்திருக்க வேண்டும்' என்று 10 முறை சொல்லிவிட்டு உறங்கு. கண்டிப்பாக நீ குறிப்பிட்ட மணிக்கு நிச்சயம் எழுவாய். இது ஆழ் மனதுக்கு கட்டளை இடும் உத்தி என்பது ஜோசப் மஃர்பி உளவியல் அறிஞரின் கூற்று

24. இவை எல்லாம் என் மாணவிகளால் கடைபிடிக்கப்பட்டவை. இதை சரியாக பின்பற்றியவர்கள் 1000 / 1200 – 1100 / 1200 என மதிப்பெண்களுடன் தேர்ச்சி பெற்றனர். இவர்கள் எல்லோரும் 10 ஆம் வகுப்பில் 40, 45 % மதிப்பெண்களை மட்டுமே பெற்றவர்கள் என குறிப்பிடத்தக்கது. தேர்ச்சியே பெற முடியாதவர்கள் கூட தேர்ச்சி பெற்றுள்ளனர்.

25. மிகவும் பின் தங்கிய மாணவிகளை ஞாயிற்றுக்கிழமைகளில் வரவழைத்து அவர்களின் ஆழ்மனதுக்கு படிக்குமாறு 108 முறை கட்டளைகள் கொடுத்து அனுப்புவேன். வீட்டிலும் நான் அதிகாலை எழுந்து அவர்களின் மனதுக்கு கட்டளை கொடுக்கக், கொடுக்க தானே படித்துத் தேறிவிட்டார்கள் என்பதில் எனக்கு அனந்த கோடி ஆனந்தம்.

நான் சொன்னவை எல்லாம் உண்மைகளே. அந்த உண்மைக்கு சாட்சியாக கட்டியம் கூறுபவர்கள் என் மாணவிகள் தான்.

எங்கோ படித்த நகைச்சுவை ஒன்று என் நினைவுக்கு வருகிறது. ஏன் படிக்கவில்லை என்று ஆசிரியர் கேட்டதற்கு மாணவர்கள் பதில் - படுத்துக் கொண்டு படித்தால் கண்களுக்கு கெடுதி, நடந்து படித்தால் காதுகளுக்கு கெடுதி, சாய்ந்து படித்தால் கால்களுக்கு கெடுதி, உட்கார்ந்து படித்தால் உடலுக்கு கெடுதி. எனவே, உடலைக் கெடுத்துக் கொள்ள விரும்பாமல் நான் படிப்பதில்லை என்றானாம். நீயுமா? நீயுமா?

இப்படிக்கு

நான்

14

தேர்வுக் காய்ச்சல்

மன்னர் அமீர் தைமூர் என்பவர் எதிரிகளிடமிருந்து தப்பி பாழடைந்த கட்டிடத்தில் பதுங்கி இருந்தார். அவரின் கண்ணில் பட்டது ஒரு கட்டெறும்பு. தன்னினும் பெரிய தானியத்தைச் சுமந்து சுவர் மேல் ஏற முயற்சித்தது. 67 முறை தானியம் தவறி விழுந்தது. 68 வது முறை எறும்பு தன் முயற்சியில் வென்றது. 'எறும்பை விட நான் தாழ்ந்தவனில்லை' என்று உறுதி கொண்டு எதிர்ப்புகளைத் தாண்டி எழுந்தேன் என்றார் தைமூர்.

அன்புள்ள மாணவியே!

ஒரு எறும்புக்கே அவ்வளவு சக்தியும் உறுதியும் இருக்கும் போது உனக்கிருக்காதா? எறும்பை விட தாழ்ந்தவனா நீ! புழுவுக்கும் புல்லுக்கும் கூட திற்மை தந்த இறைவன் உனக்குத் தராமலா இருந்திருப்பான்! மாணவனான உன் திறனைச் சோதிக்க உன் நினைவாற்றலைப் பரீட்சித்துப் பார்க்க, கற்றலின் ஆழத்தை அளக்க உதவுவதே தேர்வுகள். உன் வாழ்க்கையில் எத்தனையோ தேர்வுகளை எதிர்கொண்டு இருக்கிறாய். ஆனாலும், 12 ஆம் வகுப்புத் தேர்வுக்கு மட்டும் பயமும் பதட்டமும் கொள்கிறாய். முதல் இடமும், முதல் மதிப்பெண்ணும் உன் திறமையின் உயரத்தின் அடையாளமாக்கப்பட்டு விட்டதால், அந்த இலக்கை நோக்கிய உன் பயணத்தில் பயமும், பதற்றமும், மன உளைச்சலும் இயல்பாகிப் போனது. நமது தேர்வுகள் உனக்குத் தெரிந்ததை கேட்பதை விட, உனக்குத் தெரியாததைக் கேட்பதே, கேள்வியின் அறிவாளி இலக்கணமாக இருக்கிறது. குழப்பமான வினாக்கள், கடின வினாக்கள், சுலப வினாக்கள், விடையே தெரியாத வினாக்கள், படிக்காத வினாக்கள், படித்தது வராமல் பதுங்கிக் கொண்ட வினாக்கள் என வகை வகையாய் வினாக்கள் கேள்வித் தாளில்

அலட்சியம், சோம்பேறித்தனம், நானெல்லாம் 10th இல் 82% மார்க் வாங்கியவள் என்ற மமதை கண்களில் எட்டிப்பார்க்க +1 வகுப்பு வணிகவியல் பிரிவில் பார்த்தேன். வகுப்புத் தலைவியும் அவளே. எலும்புத் தேய்மானப் பிரச்சனை காரணமாக 2 மாதங்கள் மருத்துவ விடுப்பு எடுக்க நேர்ந்தது. தேர்வுக்குரிய பாடங்களை முடித்துவிட்டு தான் விடுப்பு எடுத்தேன். எனது பாட வேளைகளில் மாணவிகளை குழுவாக அமர வைத்து படிக்க வைத்தும், வினாக்கள் கேட்கும் சிறு தேர்வு வைத்தும் என் பணியை அவள் செய்து இருந்தாள். அவளும், போன் பண்ணி "கவலைப்படாதீங்க. நான் படிக்க வைக்கிறேன்" என்றாள். நான் பணியில் சேர்ந்ததும் தலைமை ஆசிரியரே அந்த மாணவியைப் பாராட்டிச் சொன்னார். அந்த இடைத்தேர்வில் 98% மாணவிகள் தேர்ச்சி பெற்றிருந்தனர். தான் மட்டும் படித்தால் போதாது, மற்ற மாணவர்களையும் படிக்க வைக்க வேண்டும் என்ற அவளின் உயர்ந்த எண்ணம் 12 ஆம் வகுப்பில் 1000 க்கு மேல் மதிப்பெண்களை பெற்றுத் தந்து, இன்று பாண்டியில் தனியார் கல்லூரியில் பி.காம். இறுதி ஆண்டு மாணவி. அவளின் பொறுப்பையும், கடமையையும் பாராட்டிப் பரிசளித்தேன். இன்று வரை அப்படிப்பட்ட ஒரு மாணவியை நான் கண்டதில்லை! +1 ல் குணங்களை மாற்றி நல்ல பண்புகளின் உறைவிடமாக பள்ளியை விட்டுச் சென்றது எனக்குப் பெருமகிழ்ச்சியளித்தது. நத்தையில் முத்தான அவள் ஒரு கிரீடத்தை அலங்கரிப்பாள்.

உன்னைக் கலங்க வைக்கின்றன. இன்றைக்கு +2 பொதுத் தேர்வு என்பது தேர்தலைப் போல் களை கட்டுகிறது.

ஊடகங்கள் போட்டி போட்டு வழங்கும் தேர்வுக் குறிப்புகள், உடல் நலக் குறிப்புகள், நிபுணர்களின் கருத்து, ஆளுமைச் சிந்தனைகள், கருத்தரங்குகள், ஊக்கப் பயிற்சி வகுப்புகள்

என களைகட்டி விடுகிறது. மாணவர்களுக்கு எல்லோரின் எதிர்பார்ப்பையும் பூர்த்தி செய்ய முடியாமல் போய்விடுமோ என்ற கலக்கமும், பீதியும் மன அழுத்தமும் கூடித்தான் போகிறது. தினம் தினம் 6 மணி நேரம் படித்து வந்தால் தேர்வுக்குப் பயம் கொள்ளத் தேவை இல்லை. சிலர் தேர்வுக்கு முதல் நாள் படிக்கின்றனர். இப்படிப் படித்தால் எப்படி தேர்வை எதிர்கொள்ள முடியும்.

சிலர் தேர்வு நெருங்க நெருங்க படிப்பில் காட்டும் ஆர்வத்தையும், உழைப்பையும் ஆரம்பம் முதலே காட்டி இருந்தால் நிச்சயம் அதிக மதிப்பெண்களை குவித்து உச்சம் தொட்டிருப்பர். ஆனால், பலர் அப்படி இல்லையே! கேள்விக்கு பதில் மட்டுமே படிக்காமல், பாடம் முழுமையும் வாசிக்க வேண்டும். அப்பொழுதுதான் உள்ளிருந்து கேட்கப்படும் வினாக்களுக்கு விடையளிக்க முடியும். **“அமைதியான கடல் ஒரு போதும் திறமையான மாலுமிகளை உருவாக்குவதில்லை” ஆப்பிரிக்கா பழமொழி.**

நீ எதிர்கொள்ளும் இடர்பாடுகள் அனைத்தும் உள்ளன தகுதிபடுத்தும் சாதனங்கள் என்று விவேகத்துடன் புரிந்து கொள்! நன்றாகப் படிக்கும் மாணவி கூட ப்ளூபிரிண்ட் வாரியாக படிக்கிறாளே தவிர முழு பாடத்தையும் படிப்பதில்லை. மேம்படுத்திய உபகரணங்களும், டிஜிட்டல் வகுப்பறைகளும், கருத்தரங்குகள், பயிற்சிப் பட்டறைகள் என இத்தனை வசதிகள், வாய்ப்புகள் பெற்ற தலைமுறை மாணவி நீ. ஆனால், எதையும் உன் முன்னேற்றத்துக்குப் பயன்படுத்தாமல், வீணாக்குவதும், பயன்படுத்தத் தவறுவதும் ஒரு விஞ்ஞான வரத்தை சாபமாக்கி விட்டாயே. உன் செயல் எப்படி உள்ளது தெரியுமா? இறகுகள் இருந்தும் பறக்காமல் இருப்பது பறவையின் குற்றம், பல வசதிகள் வாய்ப்புகள் எல்லாம் இருந்தும் படிக்காமல் இருப்பது உன் குற்றம் தானே. தேர்வுகள் அறியாமையைத் தான் அளவீடு செய்கின்றன. மதிப்பெண்கள் திறமைக்கான அலகு அல்ல. இந்த தேர்வு முறைகள் உடன்பாடில்லை என்று பலதரப்பட்ட கருத்துக்கள் எழுந்தாலும், இதைச் சொன்னவர்கள் அனைவரும் தேர்வினால் ஜெயித்து, உயர்பதவிகளை தனித் திறனால் தக்க வைத்தவர்கள் என்று உண்மையை மறுக்க முடியாது.

இதுவரை ஜெயித்ததும் இனி நீ ஜெயிக்கப்போவதும், தேர்வினால் தான். தேர்வுகள் இல்லா கல்வியை நினைத்துப் பார்த்தால், உனக்கு

சந்தோஷமாகத் தான் இருக்கும். ஆனால், அது பறவைகள் பறக்காத வானம் போல் வெறுமையானது என்பது நீ ஏற்க மறுக்கும் நிஜம்! அரிசிமுதல் தங்கம் வரை விளம்பரத்தை பார்த்து வாங்கும் நமக்கு அரிய மானிடப்பிறவி இத்துடன்கடைசி. எனவே, பயன்படுத்துங்கள் முந்துவோர்களுக்கு தங்கக் காசுகள், இலவசம் என்று விளம்பரம் செய்தால் தான் பயன்படுத்துவீர்களா? இப்படி ஒரு விளம்பரம் எதிர்காலத்தில் வந்தாலும் ஆச்சரியத்துக்கு இடமில்லை. தேர்வு என்பது சொட்டுச் சொட்டாக தேநீர் அருந்துவதின் சுவை மாதிரி அலாதியானது. என்ன - பாலைவனத்துச் சூரியனாய் என்னை முறைக்கிறாய்?

மூச்சு நின்று விடுவது மட்டுமல்ல – மரணம்

முயற்சி நின்றாலே மரணம் தான் –

நினைவு கொள்! உனக்கு மரணமில்லை! நீ நித்யமானவன்! வைரமுத்துவின் வரிகளை உனக்கு நினைவூட்டுகிறேன். ‘போராடும் வரை மனிதன்’ வா மனிதனாக மட்டுமல்ல! மாமனிதனாக போராடலாம் வா!

இப்படிக்கு

நான்

15

லைக்கா? லைப்பா?

நம் வாழ்வை கடவுள் ஒரு நோக்கத்தோடுதான் படைத்திருக்கிறார். நம் பூமி இப்போது இருப்பதை விட *10%* சூரியனுக்கு நெருக்கமாக இருந்தால்எரிந்து போயிருக்கும் *10%* தள்ளி இருந்தால், உலர்ந்திருக்கும். நிலா *1/5* பங்கு பூமிக்கு நெருக்கமாக இருந்திருந்தால், ஒரு நாளைக்கு இரண்டு முறை பேரலைகள் பொங்கி வரும். மிகத் துல்லியமாக பூமி உருண்டை இருப்பது எதற்காக? நீங்களும் நானும் வாழ்ந்து வெற்றி காண வேண்டும் என்பதற்காக – மரபின் மைந்தன்.

அன்புள்ள மாணவியே,

நாம் ஒழுங்காக வாழ்கிறோமோ? 'ஆம்!' என்று சொன்னால் அது நேர்மையான பதில் இல்லையே. 'இல்லை' என்றால் அது படைத்தவன் குற்றம் அல்ல. நம் குற்றம் தான் என்ற உண்மையை ஏற்க மறுக்கிறோம். வலைபின்னி அதில் தான் சிலந்தி வசிக்கும். வலை இல்லாமல் அதை விட்டு வெளியில் வந்து அதனால் வாழமுடியாது. நீயும் அப்படித்தான் ஏதோ ஒரு வலையில் சிக்கி வெளிவரத் தெரியாமல் தவிக்கிறாய். பேஸ்புக்கில் அக்கவுண்ட், லைக் போடுறது, புகைப்படங்கள் போஸ்ட் பண்றது என்று இணையதள வலைக்குள் கட்டுண்டு கிடக்கிறாய். வலைதளங்கள் அறிவை வளர்ப்பதை விட ஆபத்துக்களை உங்களின் மனங்களில் விதைக்கிறது. பேஸ்புக் நட்பில் தொடங்கி, காதலாகி, கடைசியில் கொலையில் முடியும் கதைகளில் உனக்கான எச்சரிக்கைப் பாடமும் அல்லவா இருக்கிறது. அடுத்தவர் வாழ்வில் இருந்து பாடம் கற்க மறக்கிறோம்.

அறிவாளியின் அறிவை விட அனுபவம் கற்றுத் தரும் புத்தியும், பாடமும் உன்னதமானதல்லவா? சமூக வலைதளங்கள் அயோக்கியர்களின் புகலிடமாகி விட்டதோ என்று எண்ணத் தோன்றுகிறது. இயற்கை இடர்பாடுகள் போராட்டக் காலங்களில் பேஸ்புக் ஆற்றின பங்கினை மறக்க முடியாது அதை சமூக

தண்டித்துப் படிக்க வைப்பதில் எப்போதும் எனக்கு உடன்பாடு இருந்ததில்லை. தண்டனைக்கு மாற்றாக எனது உத்திகள் அவர்களின் வெற்றிக்கு வழி வகுத்தது. உத்தி என்பது பொதுவிதி அல்ல! எல்லோரும் கடைபிடிக்க ஒவ்வொரு மாணவனுக்கும் வெவ்வேறு பிரச்சனைகள், வெவ்வேறு குணங்கள். எனவே, தீர்வும் எல்லோருக்கும் ஒன்றானதாக, ஒரே மாதிரியாக இருக்க முடியாது. சிலருக்கு நம்பிக்கை கொடுத்தும், சிலருக்கு அனுசரணையாய், ஆதரவாய் நடந்தும், சிலருக்கோ ஊக்க உரை, சிலருக்கு உணவு, சிலருக்கு பரிசு, சிலருக்கு ஆடை, சிலருக்கு ஆலோசனை என அவர்களின் பிரச்சனைகளின் தன்மைக்கேற்ப என் உத்திகளும் பலவேறு வடிவங்களில் எழுந்திருக்கின்றது. கர்ணனிடம் கையேந்தியவர்கள் வெறுங்கையுடன் திரும்ப மாட்டார்கள் என்ற வரி அவரின் தர்ம குணத்தை அடையாளம் காட்டும் வரிகள். என்னிடம் படிக்க வந்தவர்கள், படித்தவர்கள், ஒரே ஒரு வாழ்க்கைப் படிப்பினையாவது கற்றுக் கொள்ளும்படி நான் இருக்க வேண்டும் என்பது என் இலட்சியம். மேற்சொன்ன உத்திகள் பயனின்றி சில சமயம் ‘பெப்பே’ காட்டும் போது என் கடைசி ஆயுதம் அவர்களின் ஆழ்மனதுக்கு கட்டளை இட்டுப் படிக்க வைப்பது (உபயம்: ஜோசப் மஃர்பி) ஒரு கல் வீசினால் மரம் விழாது - ஆனால், ஒரு கல்லில் மாங்காய் விழுமல்லவா? விழவில்லை எனில் விழும் வரைக்கும் கல்லெறிதலும் தொடரும்...

கற்பித்தலை நேசித்த நான் - நேசிக்கும் நான்...

நான் கற்றலையும் இன்னும் நேசிக்கிறேன்...

என் வாழ்க்கை தவம் என்றால் - ஆசிரியப் பணி தான் எனக்கமைந்த வரம்!

என் மாணவர்கள் மட்டுமல்ல -

இதைப் படிக்கும் நீயும்தான் எனக்கு வழங்கப்பட்ட இரண்டாவது வரம்!

மறுமலர்ச்சி என்று கூட சொல்லலாம்! இதனையே பாலியல் தொடர்புக்கும், வன்முறைக்கும், ஏமாற்றுவதற்கும் பயன்படுத்தும் போது அந்தக் கண்டுபிடிப்பின் மூலத்தையோ நோக்கத்தையும்

அசிங்கப்படுத்துகிறோம். ஆற்றல் பொதிந்த மாணவியான நீ உன் அறிவாற்றலை எதிர்மறையாகப் பயன்படுத்தி, உன் அடையாளத்தைக் கொச்சைப்படுத்தமாட்டாய் என்று நான் நம்புகிறேன். இப்போதெல்லாம் நீ டி.வி. பார்க்காத நல்ல 'சிட்டிசன்' ஆன நீ 'நெட்டிசன்' ஆகிவிட்டாய். எதிர்காலத்தில் 'மட்டிசன்' ஆக மாட்டேன் என்று வாக்குறுதி எனக்குத் தருவாயா? நான் காலையில் இட்லி சாப்பிட்டேன் என்று பேஸ்புக்கில் போடுகிறாய். அதற்கும் 100 பேர் லைக் போடறான். லைக்கை எண்ணிக் கொண்டிருந்தால் உன் லைப் என்னவாகும்? யோசி!

சமூக வலைதளங்கள் உன் மனதில் கொட்டும் குப்பைகளை தள்ளி உன்னை வெளியில் இழுத்து வருவது பெற்றோர்களுக்கும், ஆசிரியர்களுக்கும் சமாளிக்க கடினமான சவால் தான். உன்னை உன் பெற்றோர்களை உன் வருங்காலத்தை மூழ்கடிக்கும் பிரச்சனை என்ன தெரியுமா? காதல் தான் வேறென்ன? பதின்ம வயது அன்புக்கும், அனுசரணைக்கும் மயங்கும் வயது. வீட்டில் இது கிடைக்காத பிள்ளைகள் தான் காதலில் மாட்டுகின்றனர். பள்ளிப் பருவம் தொடங்கி, கல்லூரிக் காலம் வரை வருவது காதல் அல்ல – கவர்ச்சி என்று எந்த மொழியில் சொன்னால் உனக்கு புரியும். 6 ஆம் வகுப்பு சிறுமி காதலிக்கிறேன் என்று வீட்டை விட்டு ஓடுமளவுக்கு பண்பாட்டை, ஒழுக்கத்தை சீரழித்து, காட்டுமிராண்டி வாழ்க்கைக்கு திரும்புகிறோமா? இதைவிட கொடுமை, என்ன தெரியுமா? சிறுமியின் அம்மா 'என் பெண் காதலித்ததில் என்ன தவறு' என்று கேட்கிறாள்? இது என்ன கொடுமைடா சாமி! சிறுமியின் அம்மா வசிப்பது இரண்டாவது கணவனுடன். அதிர்ந்து போனேன்! எனக்கு முட்டிக் கொள்ள குட்டிச்சுவரே இல்லை. ஏனெனில் எல்லா குட்டிச் சுவர்களும் இப்படிப்பட்ட மனிதர்களாகி விட்டார்களே! தனிமனித ஒழுக்கம் கெட்டு, குடும்பங்கள் சீரழிந்ததால் தான் சமூகம் கெட்டுக் கிடக்கிறது.

சினிமாகாதல் 'பேக்கப்' என்றதும் முடிந்திடும் அதை நிஜம் என்று நினைத்து – நிஜத்தில் நடத்திக் காட்ட நினைத்து தன் கல்வி, இளமை, ஆற்றல், குடும்பம், உறவுகள் என யாவற்றையும் தொலைத்த மாணவ, மாணவியர் பட்டியல் என்னிடம் உண்டு. குடும்பம், பெற்றோர், கௌரவம், தன்மானம், சுயமதிப்பு இவற்றை எல்லாம் விட்டு விட்டு ஓடுமளவுக்கு காதலை உயர்ந்ததாக வலுவுள்ளதாக, ஊடகங்கள் காட்டுவதும், அதை நியாயப்படுத்துவதும் மட்டும்

தான் காரணமா? அதிக கண்டிப்பு காட்டும் பெற்றோர்கள், அளவுக்கு அதிகமாக சுதந்திரம் கொடுக்கும் பெற்றோர்கள் 'உன் மூஞ்சிக்கு இந்த குரூப் படிப்பு தேவையா? ஏன் உயிரை வாங்குற' என வசைபாடும் ஆசிரியர்கள் = இவர்கள் உன் சரியான முடிவுக்கு முன்னால் முன்னுதாரணமாக நிற்கிறார்கள். இவர்களே தான் உன் தவறான முடிவுக்கு பின்னே இருக்கிறார்கள் என்பதை ஆராய்ந்து பார்த்தால் புரியும். திருந்த வேண்டியது நீ மட்டுமல்ல; பெற்றோர்களும் தான். கனிவும், கண்டிப்பும் காட்டி வளர்க்கப்படுபவர்கள் தங்கமாக ஜொலிப்பார்கள், வெறும் கண்டிப்பு மட்டுமே காட்டி வளர்க்கப்படுபவர்கள் தகரமாகிப் போவார்கள். வெறும் கனிவு மட்டுமே துணை தேடுபவர்களாகி விடுகிறார்கள். இவைகளில் உன் இடம் எது? சமைக்கும் போது செல்லப் பிள்ளையாக இருக்கும் கறிவேப்பிலை சாப்பிடும்போது தூக்கி எறியப்படுவதால், அனாதைப்பிள்ளை ஆகிறது. இந்த உதாரணம் மாணவப் பருவக் காதலுக்கும் பொருந்தும். இப்பருவத்தில் காதலுக்குப் பின்னே ஓடி, தூக்கி வீசப்படும் தருணங்களில் தான் உனக்கு கறிவேப்பிலை சொன்ன பாடம் புரிந்திருக்கும். கண் கெட்ட பின் சூரியநமஸ்காரம் ஏன்? சிந்தித்து! பார்! தோள் கொடுப்பவள் மட்டுமா தோழி; காலை வாருபவளும் தோழியாகத்தானே இருக்கிறாள். தண்ணியடிக்க, சிகரெட் பிடித்துப் பார் என்று சொல்பவனும் நண்பன் தானே! வா, பாடங்களைப் படித்து வெற்றியைப் பறிப்போம் என்று உன்னை அழைப்பவளே உண்மையான தோழிக்கு இலக்கணம் ஆவாள்.

நிலையற்றவைகளை விட்டுவிட்டால் நிலைபெறும் கல்வி எனில் அவைகளை விட்டு விடுவது நியாயம் தானே. 'முள் மேல் விழுந்த சேலை' என்று கிராமத்துப் பழமொழி உண்டு. நீயும், உன் மனசும் தான் சேலை. சேலைக்கு சேதாரமின்றி எடுக்கும் பொறுப்பு உனக்கும் இருக்கிறது. பெற்றோர்கள், ஆசிரியர்கள், ஏன் - சமுகத்தின் தார்மிகப் பொறுப்பும் உள்ளது என்பதை அவரவர் உணர்ந்தாலே உடனடித் தேவையாகும். "கேட்பவன் கேனயன் என்றால் எருமை மாடு கூட ஏரோப்ளேன் ஓட்டுமாம்' என்று உன் மைண்ட் வாய்ஸ் கேட்கிறது.

நிச்சயமாக நீ கேனயன் இல்லை!

சத்தியமாய் நான் பைலட்டும் இல்லை!

இப்படிக்கு

நான்

16

சந்திப்போமா?

எந்தச் சவாலையும் சந்திக்கத் தயங்குவது தான் உலகிலேயே மிகப்பெரிய ஆபத்து. மாறிவரும் உலகில் சவால்களைச் சந்திக்காமல் இருப்பது தான் தோல்வியை ஏற்படுத்தும் –: பேஸ்புக் நிறுவனர் – மார்க் ஜூக்கர் பொக்.

அன்புள்ள மாணவியே,

உன் பள்ளிப் பருவம் சவால்கள் நிறைந்ததாக உள்ளது. கால மாற்றம், சூழல், அறிவியல் வளர்ச்சி என விஸ்வரூபம் எடுத்தற்கேற்ப உன் பிரச்சனைகளும், கூடி விட்டன. என் பள்ளி நாட்களை பிரச்சனைகள் இன்றி மகிழ்ச்சியுடன் நான் கடந்த மாதிரி உன்னால் கடக்க முடியாதது எனக்கு வருத்தமே. பாடங்களைத் தாண்டி சந்திக்கும் மனிதர்கள், பயணத்தில் ஏற்படும் பிரச்சனைகள், டியூசன் படிக்கும் இடத்தில் ஏற்படும் நட்பு, காதல், மோதல் எனவும் பள்ளியிலோ புரியாத பாடம், சபிக்கும் ஆசிரியர், காலை 7 மணிமுதல் மாலை 7 மணி வரை மாற்றி மாற்றி பாடங்கள், வீட்டிலோ கரிசனத்தோடு அம்மா, ஜெயில் வார்டன் மாதிரி பிரம்புடன் அப்பா, தொலைக்காட்சி, போட்டுக் கொடுக்கும் உடன்பிறப்பு, வரிசை கட்டியடிக்கும் பிரச்சனைகள், தசாவதாரம் எடுத்து உன்னை மிரட்டுகின்றன! போதுமா கொடுமை! இன்னும் வேண்டுமா?

கிராமத்திலிருந்து நகரத்துக்குப் படிக்க வரும் மாணவிகளுக்கு இன்னும் பிரச்சனைகள் அதிகம். காலை 7 மணிக்கு கிளம்பி, இரவு 8 மணிக்கு வீடு சென்று சேரும் அவர்களுக்கு பஸ் பயணத்தில் விரட்டும் பார்வைகள், கூட்ட நெரிசலில் அத்துமீறும் அநாகரீக செயல்கள், இரட்டை அர்த்தப் பேச்சுகள், வன்முறை, சக ஊர்க்கார மாணவனின் நட்பு, இன்னும் சொல்ல முடியாத அவஸ்தைகள் என கல்விக்காக நீ படும்பாடு கொஞ்சம் நஞ்சமல்ல! இத்தனையும் தாண்டி நீ படிப்பில் கவனம் செலுத்தி நல்ல மதிப்பெண்கள் பெறும் போது அது நூறு தேசிய விருதுகளுக்குச் சமம். பெண்

படைப்பாளியின் கம்பீரம், படிப்பாளியின் தெளிவான செறிவான சிந்தனை பாட்டாளியின் உழைப்பின் உன்னதமும் கொண்ட ஒரு தங்க முக்கோணம் பன்முக ஆளுமைத் திறன் மிக்கவர். அப்படிப்பட்டவரை சந்தித்துப் பேசி இருக்கிறேன் என்பது என் கனவிலும் நான் நினைத்துப் பார்க்காத நிஜம்! 'ஆயிஷா' கதை படித்ததும் என் மனம் கனத்தது. என்னைச் செதுக்கியவர்கள் என்னைத் திரும்பி பார்க்க வைத்தது. 'யாருடைய வகுப்பறை', 'வன்முறையில்லா வகுப்பறை' 'நீ உண்மையான ஆசிரியரா? என்று கேட்டு என் கன்னத்தில் அறைந்தது. 70 க்கும் மேற்பட்ட புத்தகங்கள் வெளியிட்ட பின்பும், தலைக்கனம், கர்வமின்றி எப்படி அவரால் இருக்க முடிகிறது என்பது வியப்பின் முடிச்சாகவே உள்ளது இன்று வரை எனக்கு. 'கடன்பட்டார் நெஞ்சம் போல கலங்கினான் இலங்கை வேந்தன்.' காலம் கடந்தும் கம்பனின் வாக்கு எனக்குப் பொருந்துகிறது. பணத்தைக் கடன் பெற்றால் அடைத்து விடலாம். ஆனால், நன்றிக் கடனை அடைக்க முடியுமா? எப்படி அடைப்பது? அப்படிபட்ட நன்றிக் கடன் பெற்றுள்ளேன். சரி அவர் யார் என்று சொல்லிவிடுகிறேன். அவர் தான் மரியாதைக்குரிய முதல்வர், கல்வியாளர், எழுத்தாளர் திரு.ஆயிஷா நடராஜன் அவர்கள்!

பிள்ளைகளின் கல்விக்கான போராட்டம் இன்னும் தொடர்கிறது. வேறு வேறு வடிவங்களில்! கால மாற்றம், அறிவியல் வளர்ச்சி இவை போராட்டமே இல்லாமல் செய்ய முடியவில்லை. ஆனாலும், எந்தச் சவாலையும் எதிர்கொள்ளும் துணிவையும், மனத்திடத்தையும் கல்வி அளித்துள்ளது என்பது வரப்பிரசாதமே. எப்போதும் 'பிக்பாஸ்' காமிரா கண் கொண்டு கண்காணிக்கும் தாய், இதெல்லாம் எப்படி உருப்படப் போகுது என சந்தேகிக்கும் தகப்பன், உன் செயல்களை உளவு பார்க்கும் உடன்பிறப்பு என எப்போதும் கண்காணிப்பு வளையத்துக்குள் நீ! இத்தனையும் தாண்டி எல்லோர் கண்ணிலும் மண்ணைத் தூவி தம், தண்ணி, கஞ்சா இந்த பழக்கங்கள் இப்போது சாகசச் செயல்களாக உன்னை சந்தோஷப்பட

வைக்கலாம். ஆனால், அவை உண்மையாய் உன்னை 'சாகடிக்கும்' செயல்கள் என்று உனக்கு ஏன் புரியவில்லை.

உன்னைக் கண்காணிப்பதும், சந்தேகமும் உனக்கு விபரீத புத்தியை தந்து விடலாம். தவறான நட்பை நீ போற்றினால் உன் வாழ்க்கை தடம் புரண்டு விடும். காணும் காட்சி அனைத்தும் உண்மை என நம்பும் வயதில் நீ! மனதுள்ளே வஞ்சகத்தை மறைத்து இதழ்களில் புன்னகையுடன் கைகுலுக்கி! உன் காலை வாரும் தருணம் பார்த்திருப்பவர்களை இனம் காணும் அளவுக்கு முதிர்ச்சி உனக்கில்லை, புலி, சிங்கம் இயல்பு நமக்குத் தெரியும். ஆனால், மனிதனுக்குள்ள பதுங்கிக் கிடப்பது புலியா? சிங்கமா? பாம்பா? என்றறிவது கடினம்! நண்பனோ பகைவனோ உன் கண்களை நேருக்கு நேர் பார்த்து பேசுபவர்களை நம்பலாம். தேவையில்லாமல் எதற்கெடுத்தாலும் சிரிப்பவர்களையும், பேச்சுக்கு பேச்சு சிரிப்பவர்களையும் நம்பாதே! தேவைக்கு அதிகமாக பவ்வியம் காட்டுபவர்களையும், நேரில் உன்னை அதிகமாக புகழ்பவர்களையும் நம்பி ஏமாறாதே!

ஏனெனில் அவர்கள் பொய்களின் கூடாரம். நயவஞ்சகத்தின் குறியீடு! புறம் பேசுபவர்கள், பொறாமைப்படுபவர்கள் உன்னைச் சுற்றி இருக்கத்தான் செய்வார்கள். அவர்களிடம் தள்ளி நில்! விழிப்புணர்வோடு இருப்பது நல்லது. ஆனால், எல்லா நேரங்களிலும் அது சாத்தியப்படுவதில்லை. எப்போதும் பாதுகாப்புடன் இருப்பது ஆமைக்கு வேண்டுமானால் சிறப்பாக இருக்கும். நமக்கல்ல! நெருப்பு சுட்டால் எப்படி இருக்கும் (துன்பம்) மழையில் நனைந்தால் எப்படி இருக்கும் (இன்பம்) எப்படி இருக்கும் அனுபவித்து அறிவதே சிறப்பு. 'அனுபவமே சிறந்த ஆசான். கொடுப்பவர் ஒரு போதும் நினைத்துக் கொண்டிருக்கக் கூடாது. பெறுபவன் ஒரு போதும் மறக்கக் கூடாது' என்ற பழமொழி கல்விக்கும் பொருத்தமாக இருக்கும். உணர்ச்சிகள் கோலோச்சம் இளமையில் நிதானமும், பொறுமையும் ஆக இருப்பது கடினம். ஆனால், அவைகளை கடைப்பிடித்தால் உனக்கு பெருமை வராமல் கூட இருக்கலாம். ஆனால், சிறுமை வராது. சிந்தித்து செயல்படும் தன்மையை வளர்! வரட்டும் பார்க்கலாம் என்ற மெத்தனப் போக்கை கைவிடு! உறவுகளின் நிழலில் பாதுகாப்பாய் வளர்ந்தவர்கள் சாதித்தது இல்லை! அவமானப்பட்டவர்கள் அதிகமாக சாதிக்கக் காரணம், அவர்கள் அதை ஆக்கமுள்ளதாக்கினார்கள்! கலங்காதே!

'வெல்லப் பாயும் குதிரை புல்லைப் பார்க்குமா? கொள்ளைப் பார்க்குமா?' என் பாட்டி அடிக்கடி சொல்வார். நீ அந்தக் குதிரையாக வாழப் பழகு! நீ நாகரிகமாக உடுத்தினால், நாகரிகமானவளா? உன் பேச்சும் நாகரிகமாக, அடுத்தவரைப் புண்படுத்தாமல், செருக்கை வெளிக்காட்டாததாக இருக்கணும்.

"சொற்கள் ஒருவரின் உடைகள்; அவைகளை கிழிசல்களாகவும் அழுக்காகவும் உடுத்த வேண்டாமே" என்றார் செஸ்டர் பீல்டு. சொற்கள் உன் மன அழகை மட்டுமல்ல; மன அழுக்கையும் காட்டும் கண்ணாடி அல்லவா? தகாத வார்த்தைகளோ, இரட்டை அர்த்தம் தரும் வார்த்தைகளோ பயன்படுத்தாமல் இரு! துவண்டு விழும் பிள்ளைகளுக்கு பெற்றோர்கள் நம்பிக்கை கொடுத்து தூக்கி நிறுத்தினால் முட்களையும், முல்லைப் பூவாக்குவார்கள் பிள்ளைகள். பெற்றோர்களே சில நேரம் அரக்கர்களாக, கொடுமைக்காரர்களாக பொறுப்பற்று கனிவைக் காட்டாமல் கண்டிப்பை மட்டும் காட்டுபவர்களின் பூப்போன்ற பிள்ளைகள் மனம் வாடி தொட்டாற் சிணுங்கியாய் சுருண்டு, கருகிப் போகும் என்பதைக் கூட உணரத் தெரியாத தகப்பன்களும் உண்டு! என் பள்ளி, கல்லூரி வாழ்க்கையில் இத்தனை சவால்கள், தடைகள், மன அழுத்தம் இருந்ததே இல்லை. எனவே, இயல்பாக என்னால் பயணிக்க முடிந்தது. இத்தனை ஊக்கமும், கருத்தரங்குகள், பயிலரங்குகள், ஊடக விவாதம் அன்றில்லை. இன்று உனக்கு நீ தேடாமலே கிடைக்கிறது. ஆனால், நீ தான் கவிழ்ந்த கிண்ணமாக கிடக்கிறாய். எதையும் ஏற்க மறுக்கிறாய். இன்றும் சில மாணவிகள் அடிப்படை வசதிகள் கூட இன்றி இலட்சியத்தை மனதில் ஏற்றி ஜெயிக்கிறார்கள்.

கல்வி நிறுவனங்கள் வளர்ந்த அளவுக்கு, கற்கும் மாணவர்களின் எண்ணிக்கைஅதிகரித்த அளவுக்கு, கல்வியின்தரம் அதிகரித்துள்ளதா? என்பது விடை தேட வேண்டிய கேள்வி! மாணவர்களின் தனித்திறன் வளர்ந்திருக்கிறதா? இது யாரும் பதில் சொல்ல விரும்பாத கேள்வி. இன்றைய தேவை திறமைகளை வளர்த்தெடுப்பதே! கல்வித் துறைக்கான சவால் மட்டுமல்ல! சவாலை சமாளிக்க கூடாது! சந்திக்க வேண்டும்!

இப்படிக்கு
நான்

17

ஆதார சக்தி

வலி தாங்கத் தயாராக இருந்தால் உலகம் உங்களைக் கொண்டாடத் தயாராகி விடும் - ரவிச்சந்திரன் அஷ்வின்

- இந்திய கிரிக்கெட் வீரர்

அன்புள்ள மாணவியே

என் கடிதங்கள் சஞ்சலமா? சங்கடமா? தெரியவில்லை. இருப்பினும் நீ இவற்றை படிப்பாய் என்பதனை நானறிவேன். ஏன் தெரியுமா? பாடத்தை தவிர மீதி எல்லாவற்றையும் உனக்கு படிக்க பிடிக்கும் ஊர் அறிந்த இரகசியம். வலி தாங்குதல்... ஓர் உயிரை உலகிற்குத் தருவது, குடும்ப உறவுகளைப் பேணிக்காப்பது - தோழமை - கல்வி பயிலும் இடம் - பணியிடம் - சமூகம் என எல்லா இடங்களிலும்வலியும்-வலிதரும்அனுபவங்களும்நம்மவர்களுக்கே (பெண்களுக்கே) உரித்தானது. உன் கல்விப் பாதையில் வெளித் தடைகளை 'சானியா' மாதிரி அடித்து ஆடிவிடுவாய். ஆனால் உடலில் ஏற்படும் இயற்கை தடைகளை அனுபவித்து - கடந்து தானே வர வேண்டும். மாதந்தோறும் கணக்கு ஆசிரியர் போய் பிரம்புடன் உன்னை மிரட்டுவது கேர்ஃபிரி நாட்கள் தான் வலி - மனச்சோர்வு - தலைவலி - பசியின்மை - சில நேரங்களில் வாந்தி - என ஒட்டு மொத்த விருந்தினர்களும் கைகோர்த்து உள்ளே நுழைந்தால் உன்பாடு திண்டாட்டம் தான். இத்துடன் விட்டதா? பாடச்சுமையும் தன் பங்குக்கு ஒண்ட வந்ததும் மன உளைச்சல் - எரிச்சல் - கோபம் - உடல் சோர்வு - வலி - எல்லாம் உன்னை கீழே தள்ளி மேலே ஏறி அதம் பண்ணும் போது 'துன்பங்கள் தோள் மீது துயரங்கள் அதன் மீது' என்று வைரமுத்துவுக்கு மட்டும் தான் தோன்றுமா உனக்கும் தோன்றுமல்லவா? தன் எச்சிலால் தன்னைச் சுற்றி கூடு கட்டிக் கொண்ட புழு ஒரு கட்டத்தில் அதன் கூட்டை அதுவே உடைத்துக்

"என் இளமைக்கால கல்வி, ஒழுக்கம், நேர்மை, காலந்தவறாமை, கடமை, பொறுப்புணர்வு, நன்றியுணர்வு என பலசீர் பண்புகளை என்னுள் பதியன் போட்டது. என் கல்வி நிலையம் தான் (புனித அன்னாள் பள்ளி - கடலூர்) மனித மாண்புகளை என் நிறுவனத்தின் அன்னையர்களிடம் நான் பார்த்து, வியந்து கற்றுக்கொள்ள முயன்ற விஷயங்கள் பல. ஆனால், முழுமையாகக் கற்றுக் கொண்டேனா, இல்லையா என்று தெரியவில்லை. ஆசிரியர் பணி பிழைப்பல்ல; இறைவனின் அழைப்பு, பணியின் புனிதத்தை மேன்மைப்படுத்தி வாழ்ந்து காட்டிய சகோ. அற்புதமேரி (முன்னாள் முதல்வர்) என் கவிதைக்கும், பேச்சுக்கும், முதல் ரசிகனாக, முதல் விமர்சகராக, என் திறன் கொடியை உயர்த்திப் பிடித்தவர். விண்ணகப் பதவியை அடைந்திட்ட சகோ. அமலி சாந்தா முன்னாள் முதல்வர். சொல்லும் செயலும் இணைந்த நேர்க்கோட்டில் அறத்துடனும், திறத்துடனும் பயணிக்கும் முன்னாள் முதல்வர் சகோ. எர்மின் இக்னேஷியஸ் எதிலும், புதுமை, நேர்த்தி, ரசனை, லாவகம், பிரம்மாண்டம், துணிவு, நம்பிக்கை, அழகியல் என ஒட்டு மொத்த ஆளுமைகளை அள்ளிய மாநில அன்னை சகோ. தேவ ஆசீர் அவர்கள். பொறுமை, நகைச்சுவை உணர்வு, விருந்தோம்பல், கனிவு என பன்முகம் கொண்ட சகோ. எட்டா அவர்கள். இவர்களிடம் நான் கற்றதும், பெற்றதும் என் ஒவ்வொரு செல்லிலும், ஒவ்வொரு சொல்லிலும் சிம்மாசனம் இட்டு உள்ளது. ஆசிரிய மாணவனாகி இவர்களிடம் நான் கற்ற அனுபவப் பாடத்தை என் இதயத்திலிருந்து ஏட்டிற்கு இடப்பெயர்ச்சி செய்து விட்டேன். நான் வீழும் வரை மட்டுமல்ல; வீழ்ந்த பின்பும் என் ஆன்மாவிற்குள் இவர்கள் என்றும் நித்யமாய் வாழ்வார்கள்."

கொண்டு வெளிவருவது நம்பிக்கையின் குறியீடு. கூட்டுப் புழுவாக சுருண்டு கொள்ளாதே! சோர்வை உடைத்து வெளியே வா! இந்த

மாதிரி நேரத்தில் நீ காலையில் சாப்பிடாமல் வந்து வகுப்பில் வயிற்று வலி என்று புரண்டு - புரண்டு பரவை முனியம்மா குரலில் ஒப்பாரி வைக்கிறாய். கர்ப்பப் பை சுருங்கி விரிந்து உதிரப் போக்கு உண்டாகும் போது வலி வருவது இயல்பு. இதற்கு அழுதால் எப்படி சரியாகும்? வயிறு காலியாக இருந்தால் வலி அதிகமாக உணரப்படும். குறைந்தபட்சம் தண்ணீராவது ஒரு கிளாஸ் குடித்தால் நல்லது. ஒரு தேக்கரண்டி வெந்தயத்தை மோரில் ஊற வைத்து - மோருடன் குடிக்கலாம். அரை டம்ளர் நீரில் ஒரு தேக்கரண்டி தேன் கலக்கி குடிக்கலாம். உளுந்தங்களி - பாசிப்பயிறு - வேர்க்கடலை - கொட்டைகள் - பழ வகைகள் உண்ணலாம் - தினமும் ஒரு பேரீச்சம் பழம் அல்லது ஒரு அத்திப்பழம் உண்டு வந்தால் உனக்கு ஆரோக்கியம் மேம்படும். சுத்தமாக துவைத்த உள்ளாடைகளை அணிய வேண்டும். ஆடைகள் அழுக்காக இருந்தால் படை, அரிப்பு - தொற்று நோய்கள் ஏற்படும். சானிடரி நாப்கின்களை வீட்டிலோ பள்ளியிலோ, டாய்லெட்டுக்குள் போடாமல் அதற்கென்று தனியாக உள்ள கூடையில் வாஷ் பண்ணி போடணும். இரு பாலர் பயிலும் பள்ளி என்றால் இன்னும் கவனமாக இருக்கணும்.

உங்களுக்கு இன்று பெற்றோர் அதிக சுதந்திரம் கொடுக்கின்றனர். உங்களுக்கு ஆண் நண்பர்களும் சகஜமாகி விட்டது. பேசுவதில் தவறில்லை. ஆனால் எல்லை மீறி கட்டிப்பிடிப்பது. தொட்டுப் பேசுவது இந்த 'டச்சிங்' தான் உன்னை சங்கடத்தில் ஆழ்த்தி சந்தி சிரிக்க வைக்கும். பிற ஆண்களை அடித்து விளையாடுவது, தொட்டுப் பேசுவது இவை எல்லாம் ஒரு நாள் வினையாகி உன்னை நிலை குலையச் செய்யும். பெண் என்றால் நெருப்பாக இருக்க வேண்டும். தொட்டால் சுடும் என்ற உணர்வை ஆண்களுக்கு ஏற்பட வேண்டும். உன் உடல் உறுப்புகள் மீது கை வைத்துப் பேசுபவர்கள் நல்லவர்களாக இருக்க முடியாது. அது 'நல்ல டச்', 'கெட்ட டச்' என்று உனக்கு உள்ளுணர்வு உணர்த்த வேண்டும். ஆண் நண்பர்கள் அங்கு போகலாம் என்று அழைத்தால் வீட்டிற்கு தெரியாமல் வரமாட்டேன். உனக்குத் துணிவிருந்தால் என் வீட்டிற்கு வா, ஹாலில் அமர்ந்து பேசலாம் என்று சொல்லிப் பாரேன்; அப்படியே ஓடிப் போய்விடுவான். நம்பி வேறு - அழைக்கும் இடங்களுக்குப் போவது வேறு. நீ தெளிவாக - உறுதியாக 'நோ' என்னால் ரகசியமாக வர இயலாது என்று சொன்னால் நட்பின் புனிதம் காக்கப்படும். சில பெண் குழந்தைகளுக்கு 9,10 ஆம் வகுப்பு படிக்கும்போதே

மணம் செய்வது. இது குழந்தைத் திருமணம் அல்லவா? இதை தடுக்க சைல்ட் ஹெல்ப் லைன் - சமூக நலத்துறை - காவல் துறை - சில தொண்டு நிறுவனங்களின் உதவியை நாடலாம். 18 வயதுக்கு உட்பட்ட பெண் திருமணம் சட்டபடி குற்றம். சில பெற்றோர்களின் சொத்து - சொந்தம் - விட்டுப் போகக் கூடாது என்றும் கடமை முடிந்ததாய் பீற்றிக் கொள்வதற்கும் பலியாவது உன்னைப் போன்ற ஒருத்தி தானே! என்னதான் சட்டங்கள் இருந்தாலும் - சட்டத்தை மீறி இத்தகைய நிகழ்வுகள் நடக்கத்தான் செய்கின்றன. இது மட்டமா? பொட்டைப் புள்ளைக்கு என்ன வாய்? என்ன திமிர்? என்று வசைபாடுவது பாமரனா? பட்டிக்காட்டானா? படித்தவனும் - IT கம்பெனியில் கோலோச்சுகிறவன் - கூட இப்படி அநாகரிகமாக பேசுவதைக் கேட்டிருக்கிறேன். சக மனுஷியை மதிக்கத் தெரியாதவனை நான் மனிதனாகவே மதிப்பதில்லை. அவர்களின் தாயும் - தங்கையும் பெண் தானே! உன் வருங்காலத்தில் உனக்கு எந்த விதமான சவால்கள் காத்து நிற்கும் என்று எனக்குத் தெரியாது. உன் சுயமரியாதைக்கு பாதகம் விளைவிக்கும் எந்த செயலையும் நீ செய்யாதே. பெண் என்று உன்னை அவமானப்படுத்துபவர்களை நீ தண்டிக்கவும் - மன்னிக்கவும் வேண்டாம். அவர்களைப் புறக்கணித்து விடு! அதுதான் மிகப்பெரிய தண்டனை!

அவமானப்படுத்துபவர்களை 'பழிக்கு பழி' வாங்குவது முதல் ரகம்.

உன்னை அவமானப்படுத்தியவர்களை உன் திறமைக்கு முன் மண்டியிடச் செய்வது - சாணக்கியத் தனம் -

நான் சாணக்கியன்..... அப்ப..... நீ.....?

இப்படிக்கு

நான்

18

ரிஸ்க் எடு

திறந்து கிடக்கும் கதவுகளையும், திறக்கக் கூடிய கதவுகளையும் தாண்டி விட்டீர்கள். இனி எந்தக் கதவுகளை எல்லாம் திறக்க முடியாதென்று நினைத்தீர்களோ அவற்றைத் திறந்திடுங்கள். தொடக்கத்தில் உங்களிடம் இல்லாத சாவி இப்போது இருக்கிறது. அதன் பெயர் அனுபவம் வளர்ச்சி குறித்து தொழிலதிபர் கேட்டதற்கு நிர்வாகவியல் நிபுணரின் கருத்து இது

அன்புள்ள மாணவியே

மேலே சொன்ன நிபுணரின் கருத்து தொழில் வளர்ச்சிக்கு மட்டுமல்ல. உனக்கும் பொருந்தும். பிளஸ் 2 வகுப்பு உன் பள்ளி வாழ்க்கையின் இறுதிப்படி இந்தக் கடைசிப் படியிலிருந்து தான் கல்லூரி வாழ்க்கைக்கான முதல் அடி எடுத்து வைக்கணும் முதலடி தடுமாறினால் வாழ்க்கை தடம் மாறும் எனவே நிலையாக உறுதியுடன் முதல் அடியை எடுத்து வை. தொழில் சார்ந்த படிப்பா; கலை அறிவியல் படிப்பா; வணிகவியல் படிப்பா என்று குழம்பிக் கிடக்கிறாய். உன் விருப்பம் எந்தப் படிப்போ அதைத் தேர்ந்தெடு அப்பாவுக்காக அம்மாவுக்காக என்று அவர்கள் கனவை நீ காண முடியாது. இணையத்தில் தேடு. அகப்படும். ஃபேஷன் டிசைனிங் சுற்றுலா துறை கேட்டரிங் சேவை என அதிக தேவையும் வேலை வாய்ப்பும் உள்ள துறைகளைத் தேர்ந்தெடு. கல்லூரிப் படிப்புதான். வேலையைத் தீர்மானிப்பது. எந்தத் துறை படிப்பை நீ தேர்ந்தெடுத்தாலும் அதில் உன் முத்திரையை பதிக்க உறுதி எடு ஆசிரியராக விரும்பினால் அதற்குரிய படிப்பை தெரிவு செய் டிகிரி முடித்ததும் போட்டித் தேர்வு, வங்கித் தேர்வு, மத்திய மாநில அரசு தேர்வுகள், குடிமைத் தேர்வுகள் உள்ளன. இப்போது இவற்றுக்கு எல்லாம் பயிற்சி வகுப்புகள் உள்ளன. ஆங்கில அறிவும் பொது

உறவுகளில் மிகவும் தனித்துவம் வாய்ந்தது தாய் மாமன் உறவு. பாசத்திலும் - பொறுப்பிலும் - அக்கறையிலும் - பெற்றோர்களையே பின்னுக்கு தள்ளி முன்னுதாரணமான தருணங்கள் நெகிழ்ச்சியானவை. கனியும். கண்டிப்பும் - அன்பும். அனுசரணையும் - ஊக்கமும், உற்சாகமும் தந்து- சகோதரியின் பிள்ளைகளை எப்படி வளர்க்க வேண்டும் என்பதை என் பெரிய மாமாவிடம் கற்றுக் கொண்டேன். இளையவர் வேளாண் துறை அலுவலகத்தில் உயர் அதிகாரியாய் பணியை நிறைவு செய்தவர். நேர்மைத் திறமும் - கறைபடா கரமும் கொண்டவர். நேர்மை - கடமை - செம்மை என இன்று வரை எளிமையுடன் பயணிப்பவர். பணியில் நேர்மை - செம்மையும் அவரிடம் தான் பிரதி எடுத்தேன். நம் நற்பண்புகளுக்கும்- தீய பண்புகளுக்கும் உறவுகளும் - நண்பர்களும் கூட காரணமாகின்றனர்.

உன்னதமான உறவுகள் நமக்கு வரம் என்றால்

மோசமான உறவுகள் யாருடைய சாபம்?.....

அறிவுத் திறனும் முயற்சியும் பயிற்சியும் இருந்தால் தான் வெற்றி பெற இயலும். எனவே ஆங்கிலம் பேச, எழுத முயற்சி எடு. வெறும் படிப்பு மட்டும் திறன் அல்ல ஏதாவது ஒரு தனித்திறன் உன்னிடம் இருக்கும். அதைக் கண்டறிந்து வளர்க்க முயற்சி செய். உலகின் நெ.1 பணக்காரர் பில்கேட்ஸ். இவர் கல்லூரி மாணவராக இருந்த போது தகுதி இல்லை, எனவே இவர் கல்லூரி படிப்பை தொடர இயலாது என பல்கலை கழக நிர்வாகம் அறிவித்து அவரை வெளியேற்றியது. பத்தாண்டுகள் இடைவெளிக்குப் பின் இவர் முதல் வரிசை பணக்காரர் ஆனார். அப்போது அந்த பல்கலை கழகம் அவரை பட்டமளிப்பு விழாவுக்கு சிறப்பு விருந்தினராக அழைத்து மாணவர்களுக்கு பட்டங்களை அவரை அளிக்கச் செய்தது. பட்டங்களை வழங்கி அவர் சொன்னார். “இந்தப் பல்கலைக் கழகம் தான் என்னைத் தகுதி இல்லை என்று நிராகரித்தது. இன்று என்னை அழைத்துப் பட்டங்களை வழங்கச் சொல்கிறது. நான் வளர்ந்திருக்கிறேனா

இல்லை, பல்கலைக் கழகம் வளர்ந்திருக்கிறதா என்று எனக்குப் புரியவில்லை என்றார் சாமானியரான பில்கேட்ஸ் சாம்ராட் ஆகி ஜெயித்த கதை உனக்கு உந்து சக்தியாக இருக்கட்டும். கல்லூரி வாழ்க்கை முடிந்ததும் வேலை, குடும்பம் என பொறுப்புகள், கடமைகள் உன்னைத் தேடி ஓடி வரும்.

சிந்தித்து சொல்பவன் ஞானி

சொல்லி விட்டு சிந்திப்பவன் மனிதன்.

சிந்தித்து முடிவெடு. உறுதியும் நம்பிக்கையும் உனக்கும் இருந்தால் எல்லாத் துயரங்களும் விலகி உயரங்கள் உனக்கு வசப்படும். மலையிலிருந்து இறங்கி ஓடும் நதிக்கு யாரும் பாதை போட்டுத் தருவதில்லை. தனக்கான பாதையை தானே வகுத்து செல்லும் இடமெல்லாம் செழுமையை வாரி வழங்குகிறது. தேங்கும் நீரோ சாக்கடையாகி நாற்றமடிக்கிறது. நீயும் ஆறு போல் வளமை சேர்க்க வேண்டும். நீ நதியாக நகர்வாயா. சாக்கடையாக தேங்கப் போகிறாயா. நீயே தீர்மானி.

இப்படிக்கு

நான்

19

வரட்டா.... டாடா.... பைபை

யாரோ போட்டு வைத்த பாதையில் நடப்பவர்களை விட தனிப் பாதையை வகுத்துக் கொண்டவர்களைத் தான் இந்த பூமி, விரும்புகிறது. எந்தப் பாதையைத் திரும்பிப் பார்த்தாலும், அந்தப் பாதையை உருவாக்கிச் சென்றவர்களின் காலடித் தடங்கள் இருக்கும். உங்களுடைய காலடித் தடங்கள், எந்தப் பாதையை உருவாக்கப் போகின்றன? - ஸ்பெயின் கவிஞர் அண்டானியோ மச்சதோ.

- பிரியமானவனே!

அன்புள்ள மாணவியே

நலமும் வளமும் நித்தியமாய் உன்னைச் சூழ வாழ்த்துக்கள். என் மடல் உன் உள்ளத்தில் பதிந்ததா? இல்லை உள்ளத்தைப் பாதித்ததா? ஒரு சாமானியனாக உன்னிடம் எதிர்பார்ப்பது உன் பதிலை அல்ல, உன் செயல்பாட்டை. நிபந்தனையின்றி என் கருத்துக்களோடு பயணித்து இருக்கிறாய். உனக்கு வேறு என்ன சொல்ல முடியும் நன்றியைத் தவிர! உன் பயணப் பாதையில் நான் வழிப்போக்கன் தான், வழித்துணை அல்ல. ஒரு வேளை என் கருத்துக்கள் உனக்கு வழித்துணையானால் எனக்கு மிக்க ம... கி... ழ்... ச்... சி... உன் அக்கறை, அலட்சியம், ஆவேசம், இயலாமை, வேட்கை, இலக்கு, உன் நடவடிக்கைகள் தான் என் சிந்தனையைத் தூண்டி வார்த்தைகளை வாரி வழங்கியது என் எழுதுகோலுக்கு.

'உனக்குத் தெரியாததை எதுவும் நான் சொல்லவில்லை. எல்லாம் நீ அறிந்தவைகளே. பூமியின் ஈர்ப்புவிசை நியூட்டனுக்கு மட்டுமே தெரிந்தது போல, உன் ஆற்றலின் விசையை உனக்கு உணர்த்திய நானும் நியூட்டனாக முயற்சித்து இருக்கிறேன். இதில் நான் சொல்லியிருப்பவை எல்லாம் உண்மை, நான் உணர்ந்தவை. எனக்கு ஆசானாய் நின்று நீங்கள் உணர்த்தியவை.

"ஏணியின் சிகரத்தை அடைய வேண்டுமென்றால், அதன் கீழ்படியில் இருந்து தான் ஆரம்பிக்க வேண்டும். வாழ்க்கையும் அப்படித்தான்'' என்றார் பிதாகரஸ். இது கணித சூத்திரம் அல்ல. வாழ்க்கைச் சூத்திரம் என்று புரிந்து கொள். உன் பலமும், பலவீனமும் உனக்குத் தெரிய வேண்டும். தேனீயின் உடலை விட, அதன் இறகுகள் சற்று சிறியதாக இருப்பதால், பறப்பது கடினம். அதன் பலவீனம் அதற்குத் தெரியாததால், பறந்து பறந்து திரிகிறது. காக்கைக் கூட்டில் வாழும் குயிலுக்கு, தன் குரலே பலம் என்று தெரியாது. அதனால் அது கூவுவதில்லை. பாடவும் முயற்சிப்பதில்லை. தேனீக்கு பலவீனம் தெரிந்தால் பறக்காது. குயிலுக்கு பலம் தெரிந்தால் பாடித் திரியும். என்ன விசித்திரம்! தேனீக்கு பலவீனம் தெரியாததால், சுறுசுறுப்புக்கு அடையாளமாகி விட்டது. காக்கை கூட்டுக்குயிலுக்கு பலம் தெரியாததால், இனிமையின் அடையாளத்தைத் தொலைத்தது. இரண்டில் எனக்குப் பிடித்தது தேனீ. உனக்கு? 'அறிவு தான் நம்மிடம் உள்ள அறியாமை ஆகும். என்றார் *J.K* இது எப்படி? இதற்கான விடையை பரமஹம்சர் புத்தகம் தந்தது. 'அமுதம் நிறைந்த கோப்பை உன்னிடம் உள்ளது. நீயோ ஈ ஆக இருக்கிறாய். என்ன செய்வாய்? என்று விவேகானந்தரிடம் கேட்டார். நான் கோப்பையின் விளிம்பில் அமர்ந்து கொண்டு அமுதத்தைக் குடிப்பேன். நான் கவனமுடன் இல்லையெனில், கோப்பைக்குள் விழுந்து உயிர் போய்விடும் அல்லவா? என்றார். பரம்மஹம்சர் சிரித்துக் கொண்டே சொன்னார். "கோப்பைக்குள் இருப்பது, அமுதம் அல்லவா? அமிழ்ந்தாலும், உயிர்போகாது" என்றார்.

விவேகானந்தரே இப்படி என்றால், நீயும் நானும் எம்மாத்திரம்? *J.K* சொன்னது உனக்குப் புரிந்ததா? எல்லாம் அறிந்தவனுக்கும் அறியாமை உண்டு. ஏதும் அறியாதவர்களிடத்தும் அறிவு உண்டு என்று நான் கற்ற பாடம். கடற்கரை, சமையலறை, தோட்டம்- இவை எனக்கு கற்றுத் தந்ததை மீண்டும் வகுப்பறைக்குள் படிக்க நேர்ந்தது எனக்கு வேடிக்கையாக இருந்தது. எதார்த்தமாகப் புரிந்து கொள்ளும் விஷயங்களை எதற்குப் பாடமாக அச்சிட்டு நம்மைப் பயமுறுத்துகிறார்கள் என்று எனக்குத் தோன்றியது. ஏழாம் வகுப்பு படித்தபோது, தந்தையுடன் கடற்கரைக்குச் சென்றேன். கடற்கரை மணலில் நடக்க மிகவும் சிரமப்பட்டேன். ஏன் என்னால் நடக்க முடியவில்லை என்று கேட்டேன் தந்தையிடம். அவர் சொன்னார், ''மணலில் குறைந்த உராய்வு விசை தான் காரணம்'' என்றார். அன்று

எனக்குப் புரியவில்லை. சில ஆண்டுகளில் அறிவியலில் பாடமாக வந்த போது, கடற்கரை மணலாய் இன்னும் மனசில் ஒட்டிக் கொண்டிருக்கிறது உராய்வு விசை.

அம்மா சமைக்கும் போது, கிச்சனுக்குச் சென்று பார், சாப்பிட மட்டும் தான் கிச்சனுக்கு போவேன் என்று சொல்லமாட்டாய். ஏன் தெரியுமா? நீ சாப்பிடும் இடம் ஹால் "ஏனெனில் அங்கு தான் உன் குல தெய்வமான டி.வி. இருக்கிறது. அங்கு தான் நீ சாப்பிடுவாய். குக்கர் விசில் அடித்து உன்னைக் கூப்பிடுகிறது. அழுத்தம் அதிகரித்தால், நீரில் கொதிநிலையும் அதிகரித்து, சீக்கிரம் பொருட்களை வேக வைப்பேன் என்று சொல்லத்தான் உன்னைக் கூப்பிட்டதோ! சமையலும் இயற்பியலும் குக்கருக்குத் தெரிந்திருக்கிறது. உனக்கும் தானே. எங்கோ ஒருவரின் பிரச்சனைக்கு தீர்வு எங்கோ ஒருவரிடம் இருக்கிறது. படிக்காத என் மாணவர்களின் பிரச்சனைக்கு, தீர்வு ஜோசப் மர்பியின் புத்தகத்திலும் நாகூர் ரூமி புத்தகத்திலும் இருந்தது.

எட்டாம் வகுப்பு படிக்கும்போது, எங்கள் வீட்டுக்கு வரும் பூக்கார பாட்டி சொன்னார் "நல்லா படி, நீதான் குடும்பத்துக்கு உத்திரம் போல்" என்றார். அவர் தீர்க்கதரிசியா? இறைவனா? நாஸ்டர்டாமா? என் வாழ்க்கையை முன்னறிவித்தவரை வணங்கவா? வாழ்த்தவா? சில மாதங்களுக்கு முன் எழுத்தாளர் கல்வியாளர் ஆயிஷா நடராஜனைச் சந்தித்தேன். அவர் சொன்னார் 'கண்டிப்பாக புத்தகம் எழுதுங்கள்' என்ற நம்பிக்கை கொடுத்தார். அதுவே இறைவனின் முன்னறிவிப்பாக கருத்தில் கொண்டு இம்முயற்சியில் இறங்கினேன். "என்னம்மா இப்படி பண்ணிட்டீங்களேம்மா?" நீ கேட்பது என் காதில் விழுகிறது. இதுமாதிரி பல நிகழ்ச்சிகள் என் வாழ்வில் உண்டு. இவை என்ன என்று பெயரிட்டு அழைப்பது. உன் வாழ்க்கை எனும் பேராற்றங்கரையில், கரையில் நிற்கிறாய். உன்னை நோக்கி படகு (எதிர்காலம்) உன்னை நோக்கி வருகிறது. நீ ஏறிக் கொண்டால் ஆற்றைத் தாண்டிச் செல்லும் பயணியாவாய். படகை நிராகரித்து விட்டு நீரில் நீந்தியே கடந்தால் சாகஸப் பயணியாவாய்.

நான் சொன்னவைகளை எல்லாம் சிந்தித்துப் பார். இது தான் வெற்றிக்கான பாதை என்று சொல்லவில்லை. வெற்றிக்கான படி நிலைகளில் இதுவும் ஒன்று. பாதை இருக்கிறதோ இல்லையோ பயணம் உண்டு! பாதை எங்கும் தடைகள் என்று நீ கலக்கத்தில்

இருந்தாலும், மனம் தளராதே. உன் வலிகள் நீங்கி, வழிகள் பிறந்து உன் பயணம் தொடர, கனவுகள் மெய்ப்பட உள்ளத்திலிருந்து வாழ்த்துகிறேன். இதுவரை நீ பொறுமையுடன் படித்து என்னைப் பெருமைப்படுத்திவிட்டாய். ஆசிரியர் நிலையிலிருந்து இறங்கி வந்து மாணவியான உனக்கும் உன் ஒட்டு மொத்த சமூகத்துக்கும் நன்றி சொல்லும் அளவுக்கு என்னை நாகரிகமாக்கியிருக்கிறது நான் கற்ற தமிழ். இதைத் தவிர உனக்கு வேறு என்ன சொல்ல முடியும் நான். “இறைவன் கையில் நான் ஒரு பென்சில் மட்டுமே. எழுதுவதெல்லாம் அந்த ஆண்டவன் தான். இந்தப் பென்சிலுக்கு எந்தப் பெருமையும் இல்லை” என்ற அன்னை தெரசாவின் வார்த்தைகளை நினைவு கூர்வது பொருத்தமாக இருக்கும். இந்தப் பென்சிலால் இறைவன் எழுதியிருக்கிறாரா? இல்லை கிறுக்கியிருக்கிறாரா? இதற்கான பதிலை உன் வழியாக காலம் கணித்துச் சொல்லும் என்று காத்திருக்கிறேன். வெற்றியை வசமாக்க முயற்சியை கவசமாக்க; வாழ்க்கை வாசமாகும்” என்று உன்னை வாழ்த்தி நிறைகிறேன்.

என்றும் பிரியாத பிரியங்களுடன்,

உன் நான்

எமது பிற கல்வி வெளியீடுகள்

20178	பெரியார் கல்வி சிந்தனைகள் | **அ. மார்க்ஸ்**	130	☐
25624	உலகக் கல்வியாளர்கள் | **ஆயிஷா இரா.நடராசன்**	40	☐
27230	இது யாருடைய வகுப்பறை? | **ஆயிஷா இரா.நடராசன்** (தமிழக அரசின் விருதுபெற்றது)	195	☐
22364	ஓய்ந்திருக்கலாகாது (கல்விச் சிந்தனைக் கதைகள்) தொகுப்பு: ஆதிவள்ளியப்பன்	120	☐
20025	கற்க கற்பிக்க மகிழ்ச்சி தரும் பள்ளி	100	☐
20182	கதை சொல்லும் கலை | **ச.முருகபூபதி**	15	☐
20028	குழந்தைகளைக் கொண்டாடுவோம் | **ஜ.அமனஷ்வீலி**	120	☐
20176	பாரதி கல்விச் சிந்தனை | **தொகுப்பு: ந.இரவீந்திரன்**	170	☐
20177	அம்பேத்கர் கல்விச் சிந்தனை | **தொகுப்பு: ரவிக்குமார்**	60	☐
20179	பெட்ரண்ட் ரஸல் கல்விச் சிந்தனை	130	☐
20180	தமிழக பள்ளிக் கல்வி | **எஸ்.எஸ்.ராஜகோபால்**	40	☐
20181	எவ்வாறு குழந்தைகள் கற்கின்றனர் | **ஜான்ஹோல்ட்**	220	☐
20020	காந்தி கல்விச் சிந்தனைகள் | **தொகுப்பு: அண்ணாமலை**	90	☐
22369	தாகூர் கல்விச் சிந்தனைகள் | **ஞாலன் சுப்பிரமணியம்**	80	☐
22370	விவேகானந்தர் கல்விச் சிந்தனைகள் **தொகுப்பு: பேரா.அ.கருணானந்தம்**	40	☐
22366	முரண்பாடுகளிலிருந்து கற்றல் | **கிருஷ்ணகுமார்**	40	☐
22365	வாசிப்பு முறையின் அரசியல் | **பாலாஜி சம்பத்**	30	☐
22363	காலந்தோறும் கல்வி | **என்.மாதவன்**	60	☐
22362	கல்வியில் நாடகம் | **பிரளயன்**	50	☐
22360	கல்வி வளர்ச்சியின் முன்னோடிகள்		☐
20055	எது நல்ல பள்ளி? | **த.பரசுராமன்**	10	☐
20709	ஒடுக்கப்பட்டவர்களின் விடுதலைக்கான கல்வி முறை **பாவ்லோ ஃப்ரையிரே | தமிழில் :இரா. நடராசன்**	150	☐
26927	பள்ளிக்கூடத் தேர்தல்: நல்லாசிரியர்களைத் தேர்ந்தெடுத்த மாணவர்கள் -| **பேரா. நா.மணி**	40	☐
20174	டேஞ்சர் ஸ்கூல் | **தமிழில்: அப்பணசாமி**	120	☐
27092	எதார்த்தத்தை வாசித்தலும் எழுதுதலும் பாவ்லோ ஃப்ரையிரே | **தமிழில்: கமலாலயன்**	40	☐
27096	கனவு ஆசிரியர் | **தொகுப்பு: க.துளசிதாசன்**	100	☐
17111	உலகமயமாக்கலும் பெண்கல்வியும் | **சுபா**	25	☐
27222	போயிட்டு வாங்க சார் | **ச.மாடசாமி**	50	☐
27359	பள்ளிக் கல்வி | புத்தகம் பேசுது நேர்காணல்கள்	90	☐
27289	ஒவ்வொரு குழந்தையையும் நேசிப்போம் ஜேனஸ் கோர்ச்சாக்- | **தமிழில்: தி.தனபால்**	50	☐
27310	குழந்தைமையைக் கொண்டாடுவோம். | **எஸ். மாதவன்**	60	☐
27241	உச்சி முகர் | **விழியன்**	40	☐

27364	வகுப்பறைக்கு வெளியே | **இரா,தட்சணாமூர்த்தி**	*50*	☐
27388	மலாலா கரும்பலகையின் யுத்தம் | **ஆயிஷா நடராசன்**	*40*	☐
27505	கடவுளின் நூறு முத்தம் | **யாசகன்**	*90*	☐
27506	தாய்மொழிக் கல்வி: அரசின் அவலங்கள் **தொகுப்பு: ராஜ்மோகன்**	*90*	☐
27504	கல்வி வகுப்புவாதம் எதிர்காலம்	*20*	☐
27500	கல்வி காவியமயமாகும் அபாயம் | **அப்பணசாமி**	*20*	☐
27501	கல்வி உரிமையும் மறுப்பும் | **ஜோ. ராஜ்மோகன்**	*30*	☐
27516	என் சிவப்புப் பால்பாயிண்ட் பேனா | **ச. மாடசாமி**	*70*	☐
27507	மொழி என்பது | **த. பரசுராமன்**	*45*	
687518	புதிய கல்விக் கொள்கை | **ராமானுஜம், ராஜமாணிக்கம்**	*20*	☐
27526	தங்கள் பதிலலை எதிர்பார்த்து... **தொகுப்பு: ச. தமிழ்ச்செல்வன்**	*130*	☐
27552	இப்படிக்குத் தங்கள் அன்புள்ள... | **கி. பார்த்திபராஜா**	*130*	☐
27502	தொடக்கக் கல்வியில் நாடகியம் | **வேலு சரவணன்**	*70*	☐
17589	வீழ்ச்சி | **சுகுமாறன்**	*210*	☐
22287	முதல் ஆசிரியர் | **சிங்கிஸ் ஐத்மாத்தவ்**	*50*	☐
17642	புதிய கல்விக் கொள்கை அபத்தங்களும் ஆபத்துகளும் அ. மார்க்ஸ்	*50*	☐
27655	ஆயுதம் செய்வோம் | **என். மாதவன்**	*35*	☐
27635	கல்வி ஓர் அரசியல் | **வே. வசந்திதேவி**	*220*	☐
17614	புதிய கல்விக் கொள்கை: மெஹருன்னிறசாவை ராக்கெட் ஏற்ற வேண்டுமே! | **பேரா.ஆர். ராமானுஜம்**	*15*	☐
17497	பேரழகு பிறந்தது | **ந. கருணாநிதி**	*80*	☐
27748	கல்விக் குழப்பங்கள் | **மு. சிவகுருநாதன்**	*140*	☐
27638	வன்முறையில்லா வகுப்பறை	*80*	☐
	புதிய கல்விக் கொள்கை| **சீத்தாராம் யெச்சூரி**	*5*	☐
27777	குழந்தைகளின் நூறு மொழிகள் | **ச. மாடசாமி**	*80*	☐
27852	இது எங்கள் வகுப்பறை | **சசிகலா உதயகுமார்**	*160*	☐
27891	கண்டேன் புதையலை | **பிரியசகி**	*160*	☐
27869	என்ன படிக்கலாம்? புதியன விரும்பு | **பொன். தனசேகரன்**	*200*	☐
27971	இது யாருடைய வகுப்பறை | ஆயிஷா இரா. நடராசன்	*195*	☐
28031	இந்தியக் கல்விப் போராளிகள் | **ஆயிஷா இரா.நடராசன்**	*100*	☐
17993	கல்வி: சந்தைக்கான சரக்கல்ல | **தொகுப்பு: பிரின்ஸ் கஜேந்திரபாபு**	*20*	☐
27973	சீருடை (ஆசிரியர்களுக்கான திரைப்படங்கள்) | **சிவா**	*60*	☐
2057100	*The wings of learning will RTE act survive?* | ***Ayisha Era.Natarasan***	*110*	☐
2058007	*My Red Ballpoint* | ***S. Madasamy***	*90*	☐
2058004	*The Learning Teacher* | ***Ayisha Era.Natarasan***	*195*	☐
28014	குழந்தைகளின் இதயங்களை நிரப்புவோம் | **க. சரவணன்**	*50*	☐

www.ingramcontent.com/pod-product-compliance
Lightning Source LLC
LaVergne TN
LVHW040826051026
849519LV00007BA/2764
* 9 7 8 9 3 8 8 9 8 6 4 0 3 *